மக்களைக் கையாளும் கலை

மக்களைக் கையாளும் கலை

லெஸ் ஜிப்லின்

MANJUL
மஞ்சுள் பப்ளிஷிங் ஹவுஸ்

First published in India by

Manjul Publishing House

Corporate and Editorial Office
• 2nd Floor, Usha Preet Complex,
42 Malviya Nagar, Bhopal 462 003 - India

Sales and Marketing Office
• C-16, Sector 3, Noida, Uttar Pradesh 201301 - India
Website: www.manjulindia.com

Distribution Centres
Ahmedabad, Bengaluru, Bhopal, Kolkata, Chennai,
Hyderabad, Mumbai, New Delhi, Pune

Tamil translation of *The ART of Dealing with People* by *Les Giblin*

Copyright © 2001 by Leslie T. Giblin

Thid edition first published in India in 2018
Second impression 2023

ISBN 978-93-87383-37-1

Translation by Nandini

Cover design by Trinankur Banerjee

Printed and bound in India by Repro India Ltd.

"சிந்தனையைக் கட்டுக்கோப்பாக வைத்திருப்பது மனத்தைத் துடிப்புடன் வைத்திருக்க உதவும். அதோடு, ஆழ்மனத்திலிருந்து வரும் எண்ணங்களை மாற்றுவதற்குத் தேவையான ஆற்றலையும் அது அளிக்கும். படைப்பாற்றல்ரீதியான சிந்தனை வெற்றிக்கும் மகிழ்ச்சிக்கும் இட்டுச் செல்லும்."

- நார்மன் வின்சென்ட் பீல்

உள்ளடக்கம்

1

மனித உறவுகளின் அடிப்படை அம்சங்களை அறிந்து வைத்திருத்தல்

நாம் அனைவரும் வாழ்க்கையிலிருந்து பெற விரும்புவது இரண்டே இரண்டு விஷயங்களைத்தான். **ஒன்று மகிழ்ச்சி, மற்றொன்று வெற்றி.**

ஆனால் அடிப்படையில் நாம் அனைவரும் ஒருவருக்கு ஒருவர் வேறுபட்டவர்கள். வெற்றி குறித்த உங்கள் கண்ணோட்டம் என்னுடைய கண்ணோட்டத்திலிருந்து முற்றிலும் வேறுபட்டு இருக்கக்கூடும். ஆனால் நாம் மகிழ்ச்சியாகவும் வெற்றிகரமாகவும் திகழ வேண்டுமென்றால், நாம் ஒரு முக்கியமான விஷயத்தைக் கற்றுக் கொள்ள வேண்டும். பிறரைக் கையாளுவது எப்படி என்பதுதான் அது.

மக்களை வெற்றிகரமாகக் கையாளுவது எப்படி என்பதை ஒருவர் கற்றுக் கொண்டால், தான்

ஈடுபட்டிருக்கும் தொழில், வேலை அல்லது வணிகத்தில் வெற்றி பெறுவதற்கு அவருக்கு 85 சதவீத வாய்ப்பும், தனிப்பட்ட மகிழ்ச்சியை அனுபவிப்பதற்கு 99 சதவீத வாய்ப்பும் இருப்பதாக எண்ணற்ற ஆய்வுகள் தெரிவிக்கின்றன.

வெறுமனே ஒருவரோடு அனுசரித்துப் போவது இதற்கான விடையல்ல. பிறரோடு உறவாடும்போது அது நமக்குத் திருப்தியைக் கொடுக்க வேண்டும். அதே நேரம், நாம் பிறரது மனத்தைக் காயப்படுத்தக்கூடாது. மனித உறவு என்பது யாருடைய சுயமரியாதைக்கும் பாதிப்பு ஏற்படாதபடி மக்கள் ஒருவரையொருவர் கையாளுவதை உள்ளடக்கிய ஓர் உறவாகும். இப்படிச் செய்வதன் மூலம் மட்டுமே பிறரோடு உறவு ஏற்படுத்திக் கொள்ளும்போது நமக்கு உண்மையான வெற்றியும் திருப்தியும் கிடைக்கும்.

90 சதவீத மக்கள் தங்கள் வாழ்க்கையில் **தோல்வியடைவதற்குக்** காரணம், **மக்களைக் கையாளுவதில் அவர்கள் வெற்றிகரமாக விளங்காமல் இருப்பதுதான்.** உங்களைச் சுற்றிலும் பாருங்கள். மிகவும் புத்திசாலியாக இருப்பவர்களும் மிகுந்த திறமையுடன் இருப்பவர்களும் மட்டும்தான் வெற்றிகரமாக விளங்குகிறார்களா? அதேபோல, வாழ்க்கையில் மிகவும் மகிழ்ச்சியாகவும் குதூகலமாகவும் இருப்பவர்கள் பிறரைவிட அதிக அறிவார்ந்தவர்களாக இருக்கிறார்களா? இது குறித்து நீங்கள் சற்று நிதானமாக சிந்தித்துப் பார்த்தால், வாழ்க்கையில் வெற்றிகரமாக விளங்குபவர்களும் மகிழ்ச்சியாக இருப்பவர்களும் மக்களைக் கையாளுவதில் ஏதோ ஒரு வழியில் சிறந்து விளங்குகின்றனர் என்பது உங்களுக்குப் புரியும்.

உங்களுடைய ஆளுமையில் இருக்கும் பிரச்சனை அடிப்படையில் பிறருடனான உறவுகளில் உங்களுக்கு இருக்கும் பிரச்சனையின் வெளிப்பாடுதான். இன்று லட்சக்கணக்கான மக்கள் சமூக நிகழ்ச்சி எதிலேனும் கலந்து கொள்ளும்போது மிகவும் அசௌகரியமாக உணர்கின்றனர். அவர்களுக்குத் தங்களைக் குறித்துத் தாழ்வு மனப்பான்மை உள்ளது. ஆனால் மனித உறவுகள் குறித்தப் பிரச்சனைதான் தங்களுடைய உண்மையான பிரச்சனை என்பதை அவர்கள் ஒருபோதும் உணருவதில்லை. மக்களை வெற்றிகரமாகக் கையாளத் தவறியதுதான் தங்களுடைய ஆளுமைப் பிரச்சனையாக மாறியுள்ளது என்பதையும் அவர்கள் புரிந்து கொள்ளுவதில்லை.

அதே சமயம், பிறருடன் சகஜமாகப் பழகாமல் இருக்கும் மக்கள் எவ்வளவு பேர் இருக்கிறார்களோ, அதே அளவு, அதற்கு நேர்மாறான மனப்போக்குடைய மக்களும் இருக்கிறார்கள். வீடு, அலுவலகம், சமூகக் கூட்டங்கள் என்று எல்லா இடங்களிலும் அவர்கள் தங்கள் ஆதிக்கத்தைச் செலுத்தித் தங்களை முன்னிலைப்படுத்திக் கொள்கின்றனர். ஆனால் அவர்களும் ஏதோ ஒன்று விடுபட்டுப் போனதுபோல உணர்கின்றனர். தங்களைத் தங்கள் ஊழியர்களோ அல்லது தங்கள் குடும்பத்தினரோ ஏன் பாராட்டுவதில்லை என்றும், தாங்களாகவே முன்வந்து அவர்கள் தங்களுக்கு ஏன் ஒத்துழைப்புக் கொடுப்பதில்லை என்றும், அவர்களைத் தாங்கள் எப்போதும் விரட்டி வேலை வாங்க வேண்டியிருக்கிறதே என்றும் அவர்கள் யோசிக்கின்றனர். அவர்கள் நின்று நிதானமாக யோசித்தால், யாரிடமிருந்து தங்களுக்கு அங்கீகாரம்

கிடைக்க வேண்டும் என்று அவர்கள் ஏங்கிக் கொண்டிருக்கிறார்களோ அவர்களிடமிருந்து அது ஒருபோதும் தங்களுக்குக் கிடைப்பதில்லை என்பது அவர்களுக்குப் புலப்படும். ஒற்றுமை, விசுவாசம், நட்புறவு ஆகியவற்றை அவர்கள் பிறர்மீது வலுக்கட்டாயமாகத் திணிக்க முயற்சிக்கின்றனர். ஆனால் என்னதான் முயற்சித்தாலும் மக்களின்மீது வலிந்து திணிக்க முடியாத ஒன்று இருக்கிறது. மக்கள் தன்னை விரும்பும்படி செய்வதுதான் அது. மக்களைக் கையாளும் கலையில் அவர்கள் கைதேர்ந்தவர்களாக இல்லாமல் இருப்பதால், தாங்கள் விரும்புவதை அவர்களால் ஒருபோதும் அடைய முடிவதில்லை.

நாம் விரும்புகிறோமோ இல்லையோ நம்மைச் சுற்றி மக்கள் இருக்கத்தான் செய்வர். பிறரைக் கணக்கில் எடுத்துக் கொள்ளாமல் இந்த நவீன உலகில் நம்மால் வெற்றியையும் மகிழ்ச்சியையும் கைவசப்படுத்த முடியாது. வெற்றிகரமாக விளங்கும் ஒரு மருத்துவரோ, ஒரு வழக்கறிஞரோ அல்லது ஒரு விற்பனையாளரோ அவரவர் தொழில்களில் மிகுந்த திறமைசாலிகளாகவோ அல்லது அதிக அறிவார்ந்தவர்களாகவோ இருக்க வேண்டிய அவசியமில்லை. இல்லறத்தில் மிகுந்த மகிழ்ச்சியோடு இருக்கும் தம்பதியர் மிகவும் வசீகரமானவர்களாக இருக்க வேண்டிய அவசியமில்லை. ஆனால், எந்தத் துறையை எடுத்துக் கொண்டாலும், அதில் வெற்றிகரமாக விளங்குபவர்கள் பிறரைக் கையாளுவதில் திறமையானவர்களாக இருப்பதை நீங்கள் காண்பீர்கள்.

மனித உறவுகள் குறித்தத் திறனும் பிற துறைகளில் உள்ள திறனைப் போன்றதே. எத்துறையில் வெற்றி பெற

வேண்டுமென்றாலும் அதன் அடிப்படைக் கொள்கைகளைப் பற்றிய புரிதலும் அதன் சில அம்சங்களில் வல்லமையும் வேண்டும். எதைச் செய்ய வேண்டும் என்பதை அறிந்து வைத்திருப்பதோடு, அதை நீங்கள் ஏன் செய்கிறீர்கள் என்பதையும் நீங்கள் புரிந்து வைத்திருக்க வேண்டும்.

அடிப்படையில் மக்கள் ஒரே மாதிரிதான் இருக்கின்றனர். அதே சமயம், நீங்கள் சந்திக்கும் மனிதர்கள் வித்தியாசமானவர்களாக இருக்கலாம். அவர்கள் ஒவ்வொருவரையும் வெற்றிகரமாகக் கையாள நீங்கள் தனித்தனியாக வெவ்வேறு உத்திகளைப் பயன்படுத்த நினைத்தால் திக்குமுக்காடிப் போவீர்கள்.

மக்களைக் கையாளுவது என்பது ஒரு கலை, அது ஒரு செப்படி வித்தையல்ல. மக்களைக் கையாளும் உத்திகளை மேலோட்டமாகவும் இயந்திரத்தனமாகவும் பயன்படுத்தினால் அது பலனளிக்காது.

மனித இயல்பு குறித்தப் புரிதலின் அடிப்படையில், அதாவது, மக்கள் நடந்து கொள்ளும் விதம் பற்றிய புரிதலின் அடிப்படையில் அமைந்த விஷயங்களை உங்களுடன் பகிர்ந்து கொள்வதுதான் இப்புத்தகத்தின் நோக்கம். இப்புத்தகத்தில் பரிந்துரைக்கப்பட்டுள்ள உத்திகளை, மனித உறவுகள் குறித்த என்னுடைய கருத்தரங்குகளில் கலந்து கொண்ட ஆயிரக்கணக்கான மக்கள் நடைமுறையில் வெற்றிகரமாகப் பரிசோதித்துப் பார்த்துள்ளனர். மக்களை நீங்கள் எப்படிக் கையாள வேண்டும் என்பது பற்றிய வெற்று முழக்கமல்ல இவை. நடைமுறையில் வெற்றிகரமாக

நிரூபிக்கப்பட்டவை இவை. மக்களிடம் நன்றாகப் பழகவும், அதே சமயம், அவர்களிடமிருந்து நீங்கள் எதிர்பார்க்கும் விஷயங்களை அவர்களிடமிருந்து பெறவும் இவை உதவும்.

உங்களுக்கு வேண்டியதைப் பிறரிடமிருந்து வலுக்கட்டாயமாகப் பெற்றக் காலம் மலையேறிவிட்டது. என்னை விரும்புங்கள் என்று மண்டியிட்டுக் கேட்பதும் பலனளிப்பதில்லை. அப்படிப்பட்ட மனிதர்களை மக்கள் மதிப்பதில்லை. அவர்களுக்கு உதவவும் அவர்கள் முன்வருவதில்லை.

வாழ்க்கையிலிருந்து நீங்கள் விரும்பும் விஷயங்களைப் பெற உத்தரவாதமான ஒரே வழி மக்களை வெற்றிகரமாகக் கையாளக் கற்றுக் கொள்வதுதான். *தொடர்ந்து படித்து அது எப்படி என்பதைக் கற்றுக் கொள்ளுங்கள்.*

2

மனித மனத்தைப் புரிந்து வைத்திருத்தல்

தற்செருக்கு என்பது ஒவ்வொரு மனிதருக்குள்ளும் இருக்கிறது. அது குறித்து அவர்களுக்கு ஒருவிதமான இறுமாப்பும் உண்டு. அதனால் அதற்கு இழுக்கு வருவதாக ஒருவர் நினைக்கும்போது தன்னைப் பாதுகாத்துக் கொள்ள அவர் என்ன வேண்டுமானாலும் செய்வார். அதனால்தான், தற்செருக்கு அல்லது அகங்காரம் பொதுவாக ஓர் எதிர்மறைக் கண்ணோட்டத்திலேயே பார்க்கப்படுகிறது.

நாம் தற்செருக்கின் மறுபக்கத்தை இப்போது பார்க்கலாம். முட்டாள்தனமான, அழிவுபூர்வமான, மற்றும் நகைப்புக்கிடமான காரியங்களை மேற்கொள்ள அது மக்களைத் தூண்டும் என்பது எந்த அளவு உண்மையோ, அதே அளவு, ஆக்கபூர்வமான மற்றும் உன்னதமான

விஷயங்களைச் செய்யவும் அது மக்களை முடுக்கிவிடும் என்பதும் உண்மையே.

தற்செருக்கு என்றால் என்ன?

தற்செருக்கு என்பது மனிதர்களுக்குள் விதைக்கப்பட்டுள்ள ஒருவிதமான 'தெய்விகத் தூண்டுதல்' என்றும் அதைத் தூண்டிப் பிரகாசமாக எரியவிட்டவர்கள்தான் எப்போதும் பெரும் சாதனைகளைப் படைத்துள்ளனர் என்றும் எட்வர்டு போக் என்ற அமெரிக்க நூலாசிரியர் கூறுகிறார்.

நீங்கள் அதை ஆளுமை, சுயகௌரவம் அல்லது தனித்துவம் என்று எந்தப் பெயரில் அழைத்துக் கொண்டாலும் சரி, எல்லா மனிதர்களுக்குள்ளும் அப்படிப்பட்ட முக்கியமானதோர் அம்சம் உறைந்துள்ளது. தனக்கு மதிப்பளிக்கப்பட வேண்டும் என்று அது கோருகிறது. ஒவ்வொரு மனிதனும் வித்தியாசமானவன், தனிப்பட்ட ஆளுமையைக் கொண்டவன். தன்னிடம் உறைந்திருக்கும் இந்தத் தனித்துவமான அம்சத்தைப் பாதுகாக்க வேண்டும் என்ற வலுவான உந்துதல் அவனிடம் எப்போதும் குடிகொண்டுள்ளது.

அதனால், மக்களை இயந்திரங்கள்போலவோ அல்லது ஆட்டு மந்தைகள்போலவோ நடத்திவிட்டு உங்களால் தப்பித்துப் போய்விட முடியாது. அதனால்தான் மனிதனின் இந்தத் தனிப்பட்டச் சொத்தை அவனிடமிருந்து அபகரிக்க இதுவரை மேற்கொள்ளப்பட்ட அனைத்து முயற்சிகளும் தோல்வியைத் தழுவின. ஒரு ராணுவத்தைவிட அதிக சக்தி கொண்டது அது.

அதைச் சிறைச்சாலைகளுக்குள் அடைத்துவிட முடியாது. ஹிட்லரின் ராணுவத்தைவிட அதிக ஆற்றல் கொண்டது அது. அமெரிக்க சுதந்திரப் பிரகடனம்கூடத் தனிமனித சுதந்திரம் பற்றியதுதானே! அமெரிக்க சுதந்திரப் பிரகடனம் மனிதனின் உண்மையான மதிப்பைக் 'கடவுளின் பரிசு' என்று அழைத்தது.

இந்நூல் மதம் சார்ந்த நூல் அல்ல என்றாலும், ஒரு விதத்தில் பார்த்தால் மதங்களையும் மனித உறவுகளையும் உங்களால் பிரிக்க முடியாது. நம்மிடமிருந்து ஒருபோதும் பிரிக்க முடியாத உரிமைகளை, மதிப்புமிக்கச் சொத்துக்களை மனிதனுக்கு வழங்கியுள்ள ஒரு கடவுள் இருக்கிறார் என்ற நம்பிக்கை இல்லாவிட்டால், உங்களால் மக்கள்மீது நம்பிக்கை வைக்க முடியாது. எல்லா மனிதர்களும் முக்கியமானவர்கள், ஏனெனில் அவர்கள் கடவுளின் குழந்தைகள் என்பதை நீங்கள் நினைவில் வைத்திருந்தால், நீங்கள் தன்னிச்சையாகவே நல்ல மனித உறவுகளை வளர்த்தெடுப்பீர்கள் என்று ஹென்ரி கெய்சர் என்ற அமெரிக்கத் தொழிலதிபர் கூறியுள்ளார்.

சுயமதிப்புக்கு இதுதான் சரியான அடிப்படை. தாங்கள் செய்துள்ள ஏதோ ஒரு காரியத்திற்காகவோ அல்லது தாங்கள் எந்த அளவு நல்லவர்களாக இருந்து வந்துள்ளோம் என்பதற்காவோ அல்லாமல், கடவுள் அளித்த உள்ளார்ந்த மதிப்பிற்காகவே தாங்கள் பிரத்யேகமானவர்களாக இருக்கிறோம் என்று உணர்பவர்கள்தான் ஆரோக்கியமான சுயமதிப்பைத் தங்களிடம் வளர்த்தெடுக்கின்றனர். இதை உணராதவர்கள் பணம் பண்ணுவதன் மூலமாகத் தங்களை முக்கியத்துவம்

வாய்ந்தவர்களாகக் காட்டிக் கொள்கின்றனர். அல்லது அதிகாரத்தை அடைவதன் மூலம் அல்லது பிரபலமான ஒருவராக ஆவதன் மூலம் அல்லது வேறு பிற வழிகளில் அதை அடைய அவர்கள் முயற்சிக்கின்றனர். அவர்களைத்தான் நாம் அகங்தையுள்ளவர்கள் என்று அழைக்கிறோம். தங்களுடைய அகங்காரத்திற்குத் தொடர்ந்து தீனி போட முயலும் நடவடிக்கைகளில் அவர்கள் இறங்குவதுதான் அவர்களுக்குப் பெரிய பிரச்சனைகளை உருவாக்குகிறது.

உங்கள் மனத்தில் நீங்கள் ஆழமாகப் பதிந்து வைத்துக் கொள்ள வேண்டிய நான்கு விஷயங்கள் இவை:

1. தற்செருக்கு நம் அனைவருக்கும் உள்ளது.

2. மற்ற எல்லாவற்றையும்விட நாம் நம்மீதுதான் அதிக ஆர்வம் கொண்டுள்ளோம்.

3. நீங்கள் சந்திக்கும் ஒவ்வொரு மனிதரும், தாங்கள் முக்கியமானவர்களாகக் கருதப்பட வேண்டும் என்று நினைக்கின்றனர்.

4. பிறர் தங்களை அங்கீகரிக்க வேண்டும் என்ற ஏக்கம் எல்லோரிடமும் இருக்கிறது. அந்த அங்கீகாரத்தைக் கொண்டு அவர்கள் தங்களைத் தாங்களே அங்கீகரித்துக் கொள்கின்றனர்.

நம் அனைவருக்குமே தற்செருக்குத் தாகம் அதிகமாக உள்ளது. அது ஓரளவாவது தணிக்கப்பட்டால்தான் நம்மால் இயல்பாக இருக்க முடியும். அப்போதுதான் நம்மால் நம் கவனத்தை நம்மிடமிருந்து திருப்பிப் பிறவற்றின்மீது

செலுத்த முடியும். தன்னை நேசிக்கக் கற்றுக் கொள்பவர்களால் மட்டுமே அடுத்தவர்களுடன் உண்மையான தோழமையுடன் இருக்க முடியும், பெருந்தன்மையுடன் நடந்து கொள்ள முடியும்.

சுயநலத்துடனும் அகங்காரத்துடனும் நடந்து கொள்ள ஒருவரை எது தூண்டுகிறது? அகந்தையுடன் நடந்து கொள்பவர்கள் தங்களைப் பற்றி அளவுக்கதிகமாகப் பெருமை கொண்டிருப்பவர்கள் என்று நாம் எண்ணிக் கொண்டிருந்தோம். அவர்கள் அந்த எண்ணத்தைக் களைந்துவிட்டால் அவர்கள் 'குணமாகி' விடுவார்கள் என்று நாம் நம்பி வந்தோம். பழகுவதற்குச் சிரமமான இப்படிப்பட்ட நபர்கள் தங்கள்பால் கொண்டிருந்த சுயமுக்கியத்துவத்தை மழுங்கடிப்பதன் மூலம் அவர்களைச் சரி செய்வதற்குச் சமுதாயம் மேற்கொண்ட முயற்சிகள் ஒருபோதும் பலனளிக்கவில்லை. மாறாக, அவர்களது அகந்தை இன்னும் பூதாகரமானது, அவர்கள் முரண்டு பிடிப்பது மேலும் அதிகரித்தது.

இந்த முறைகள் வேலை செய்யாமல் போனதற்குக் காரணம் எளிமையானது. அளவுக்கதிகமான தற்செருக்குக் கொண்டிருக்கும் நபர்கள் உண்மையில் அளவுக்கதிகமான சுயமதிப்பால் துன்புறவில்லை, மாறாக, சுயமதிப்புப் பற்றாக்குறையால்தான் துன்புற்றுக் கொண்டிருக்கின்றனர் என்பது இப்போது கண்டறியப்பட்டுள்ளது.

உங்களுடனான உங்கள் உறவு நல்லவிதமாக இருந்தால், பிறருடனான உங்கள் உறவும் நன்றாகவே இருக்கும். மக்கள் தங்களை நன்றாக நேசிக்கப் பழகிக் கொண்டால், பிறர்மீது நேசம் கொள்வது எளிதாகிவிடும். தன்மீது கொண்டிருக்கும்

அதிருப்தியிலிருந்து ஒருவர் மீண்டுவிட்டால், அவர் பிறர்மீதான விமர்சனங்களைக் குறைத்துக் கொள்வார், அவரிடம் சகிப்புத்தன்மையும் அதிகரிக்கும்.

தற்செருக்குத் தாகம் என்பது ஒரு மனிதனுக்கு இருக்கும் உடற்பசியைப்போல இயல்பானதுதான். உடலைப் பேண உணவு எந்த அளவு இன்றியமையாததோ, தற்செருக்கைத் தணிப்பதும் அதே அளவு முக்கியமானது. உயிர் பிழைத்திருக்க மனிதனுக்கு உணவு தேவை. அதேபோல, மதிக்கப்படுதல், பிறரால் ஏற்றுக் கொள்ளப்படுதல் போன்றவை தற்செருக்கிற்குத் தேவைப்படுகின்றன.

தணிக்கப்படாத தற்செருக்கு அகங்காரமாக உருவெடுக்கிறது. தற்செருக்கை வயிற்றுக்கு ஒப்பிடுவது பொருத்தமாக இருக்கும். மூன்று வேளை வயிராற உண்ணுபவன் வயிற்றைப் பற்றிக் கிஞ்சித்தும் நினைப்பதில்லை. அதே மனிதனை இரண்டு அல்லது மூன்று நாட்கள் பட்டினி போட்டுப் பாருங்கள். அவன் முற்றிலுமாக மாறிவிடுவான். அவன் எல்லோர்மீதும் எரிந்து விழுவான், அவனைத் திருப்திப்படுத்தவே முடியாமல் போகும். அவன் பிரச்சனை வயிறுதான், அவன் தன் கவனத்தை வயிற்றிலிருந்து எடுத்துவிட்டால் எல்லாம் சரியாகிவிடும் என்று அவனிடம் எடுத்துரைத்தாலும் ஒன்றும் பெரிதாக மாறிவிடாது. அதற்கு ஒரே ஒரு தீர்வுதான் இருக்கிறது. பிழைத்திருப்பதற்கு இயற்கை அவனுக்குக் கொடுத்துள்ள ஆழ்விருப்பத்தைத் தீர்த்து வைப்பதுதான் அது. எல்லா உயிர்களிடத்திலும் இயற்கை, ‘நீ முதலில் உன் அடிப்படைத் தேவையைப் பூர்த்தி செய்ய

வேண்டும்,' என்று கட்டளை இட்டுள்ளது. அதனால் அவன் தன் கவனத்தை வேறு எதிலும் செலுத்துவதற்கு முன்பாக முதலில் தன் பசியைத் தணித்துக் கொள்ள வேண்டியது மிகமிக முக்கியம்.

தன்மீது அதீத கவனம் செலுத்தும் நபருக்கும் இது பொருந்தும். ஓர் ஆரோக்கியமான, முழுமையான மனிதனுக்கு ஓரளவு சுய அங்கீகாரமும் சுய ஏற்பும் தேவை என்று இயற்கை கோருகிறது. தன்மீது அளவுக்கதிகமாக கவனம் செலுத்தும் ஒருவனிடம், அதை நிறுத்திக் கொள்ளுமாறு வலியுறுத்துவது பயன் தராது. அவர்களுடைய தற்செருக்கு திருப்தி அடையாதவரை, அவர்களால் தங்கள்மீது தாங்கள் காட்டிக் கொண்டிருக்கும் அதீத கவனத்தைக் குறைத்துக் கொள்ள முடியாது. அதற்குப் பிறகுதான் அவர்களால் தங்கள்பால் காட்டிவரும் கவனத்தைக் குறைத்துக் கொண்டு பிற விஷயங்கள்மீதும் பிறர்மீதும் ஆர்வம் காட்ட இயலும்.

சுயமதிப்பு மிக அதிக அளவில் இருக்கும் ஒருவரோடு பிறரால் எளிதாகப் பழக முடியும். அவர்கள் பெருந்தன்மை மிக்கவர்களாக, மகிழ்ச்சிகரமானவர்களாக, சகிப்புத்தன்மை உடையவர்களாக இருப்பர். அவர்கள் பிறரது கருத்துகளைக் காதுகொடுத்துக் கேட்பர். தங்களுடைய முதன்மையான தேவைகளை அவர்கள் நிறைவேற்றிக் கொண்டுள்ளதால், அவர்களால் பிறரின் தேவைகள் குறித்துச் சிந்திக்க இயலும். அவர்களது ஆளுமை வலுவானதாகவும் பாதுகாப்பானதாகவும் இருப்பதால் அவர்கள் துணிந்து காரியங்களில் இறங்குவர், எப்போதாவது தவறுகள் நிகழ்ந்தாலும் அதை அவர்களால்

தாங்கிக் கொள்ள முடியும், தாங்கள் தவறு செய்துள்ளோம் என்பதை வெளிப்படையாக ஒப்புக் கொள்ளவும் முடியும். தங்கள்மீது வைக்கப்படும் விமர்சனங்களையும் அவர்களால் சுலபமாக ஜீரணித்துக் கொள்ள முடியும். அது அவர்களது சுயமதிப்பைப் பெரிதாகக் குறைத்துவிடாது. ஏனெனில், அதற்குப் பிறகும் அவர்களிடம் சுயமதிப்பு நிறையவே மிச்சமிருக்கும்.

கீழ்மட்டத்தில் இருப்பவர்களைக் கையாளுவதைவிட மேல்மட்டத்தில் இருப்பவர்களைக் கையாளுவது அதிக சுலபமானது என்பது அனைவரும் அறிந்த உண்மை. முதலாம் உலகப் போரின்போது, ஒரு சாதாரணப் படைவீரன் ஒருவரைப் பார்த்து, “ஒழுங்காக அணிவகுத்துச் செல்,” என்று உரக்கக் கத்தினான். தான் கத்திய நபர் வேறு யாருமல்ல, அப்படையின் ஜெனரல் பெர்ஷிங் என்பது பின்னர்தான் அவனுக்குத் தெரிந்தது. நடுநடுங்கிப் போன அந்த வீரன் அவரிடம் மன்னிப்புக் கேட்க முனைந்தபோது, பெர்ஷிங் அவனது தோளைத் தட்டிக் கொடுத்து, “நல்ல வேளை, நான் ஒரு சாதாரண அதிகாரி இல்லை என்று சந்தோஷப்படு,” என்று கூறினார். **கீழ்த்தரமாக நடந்து கொள்ள வேண்டும் என்றால் நீங்கள் உங்கள் தரத்தை வெகுவாகத் தாழ்த்திக் கொள்ள வேண்டும்.**

உங்களிடம் சுயமதிப்பு மிகவும் குறைவாக இருக்கும்போது, பிரச்சனைகள் சுலபமாகத் தலைதூக்கும். அது மிகமிகக் குறைவாக இருக்கும்போது எல்லா விஷயங்களுமே அச்சுறுத்தலாகத் தோன்றும். அப்படிப்பட்ட நபரை நோக்கி வீசப்படும் ஒரு விமர்சனப் பார்வை அல்லது ஒரு சூடான வார்த்தை மிகப் பெரிய சிக்கலைத்

தோற்றுவிக்கும். சாதாரண வார்த்தைகளைக்கூடக் கடும் விமர்சனங்களாக எடுத்துக் கொள்பவர்கள் சுயமதிப்புக் குறைவு நோயால் அவதிப்பட்டுக் கொண்டிருப்பவர்கள்தான். தற்பெருமை பேசுபவர்கள், பகட்டுக் காட்டுபவர்கள், மற்றும் அடாவடித்தனத்தில் இறங்குபவர்களும் இதே பிரச்சனையால்தான் பாதிக்கப்பட்டுள்ளனர்.

சுயமதிப்புக் குறைவாக இருப்பவர்கள் உருவாக்கும் பிரச்சனைகளைச் சமாளிப்பதற்கான வழி அவர்கள் தங்களை அதிகமாக நேசிக்க அவர்களுக்கு உதவுவதுதான். ஒரு மூர்க்கமான நபர் உங்கள்மீது தன் அடாவடித்தனத்தைப் பிரயோகித்தால், நீங்கள் இந்த இரண்டு விஷயங்களை நினைவில் வைத்திருந்தால், உங்களால் அந்த நபரைப் புரிந்து கொள்ள முடியும். அந்த நபருக்குத் தன்னைப் பற்றிய சுயமதிப்பு மிகவும் குறைவாக இருப்பதால், அதை உயர்த்திக் கொள்ளத்தான் உங்கள்மீது பாய்கிறார் என்பது முதலாவது விஷயம். இரண்டாவது, அவர் பயந்துள்ளார். அவரது சுயமதிப்பு மிகமிகப் பாதாளத்தில் இருப்பதால், அவரை நீங்கள் லேசாகக் கண்டித்தால்கூட அவரது சுயமதிப்பு ஒட்டுமொத்தமாக உடைந்து நொறுங்கிவிடும். நீங்கள் அப்படிப்பட்டக் காரியத்தில் இறங்குவீர்களா என்பது அவருக்கு உறுதியாகத் தெரியாது என்றாலும், அப்படிப்பட்ட ஒரு நிகழ்விற்கு இடம் கொடுத்துவிடக்கூடாது என்று அவர் எண்ணுவார். அதனால் அவரது சுயரூபத்தை நீங்கள் அறிந்து கொள்வதற்கு முன்பாகத் தான் முந்திக் கொள்ள வேண்டும் என்று அவர் காரியத்தில் இறங்குவார். அவரை முறியடிக்கும் முயற்சியில் நீங்கள் இறங்கினால் அது பிரச்சனையை மேலும் பெரிதாக்கவே

உதவும். விவாதங்கள், கிண்டல்கள், அல்லது குதர்க்கப் பேச்சுகளைத் தவிர்த்துவிடுங்கள். உங்களுடைய 'வெற்றி' அவரது சுயமதிப்பை இன்னும் கீழே தள்ளத்தான் உதவும். அதன் பிறகு அவரைக் கையாளுவது அதிகக் கடினமானதாக ஆகிவிடும். அதற்கு பதிலாக அவருடைய தற்செருக்கிற்குத் தீனி போடுங்கள். அந்தச் சிங்கத்தை ஓர் ஆடாக மாற்றிவிடுங்கள். அப்போது அது உங்களைப் பார்த்து உறுமாது. கையாளக் கடினமானவர்களிடம் மட்டுமின்றி எல்லோரிடமும் இந்த உத்தி நிச்சயமாகப் பலனளிக்கும். ஒருவருடைய தற்செருக்கிற்கு நீங்கள் தூபம் போட்டால் அவர் உங்களுடன் ஒத்துழைப்பார், ஒத்துப் போவார், உங்களைப் புரிந்து கொள்வார். ஆனால் இதை நீங்கள் முகஸ்துதியாகச் செய்யக்கூடாது. உங்களுடைய பாராட்டு உண்மையானதாக இருக்க வேண்டும். அவர்களிடம் பாராட்டத்தக்க அம்சங்கள் என்ன இருக்கின்றன என்பதை நீங்கள் பார்க்க வேண்டும்.

தினமும் குறைந்தபட்சம் ஐந்து பாராட்டுகளை வழங்குவது என்று முடிவெடுங்கள். பிறருடனான உங்கள் உறவு எந்த அளவு மேம்படுகிறது என்று பாருங்கள். பிறர் தங்களை நேசிக்க அவர்களுக்கு உதவுங்கள். ஆனால் இதைச் செய்யும்போது உங்களை மேல்மாடத்தில் தூக்கி வைத்துக் கொள்ளாதீர்கள். அப்படிச் செய்தீர்கள் என்றால் அது நீங்கள் கையாள நினைக்கும் நபரைக் கோபப்படுத்தும்.

மனித உறவுகள் குறித்த முதல் விதி இதுதான்: "மக்கள் செயலில் இறங்குவதும் இறங்காமல் இருப்பதும் பெரும்பாலும் தங்களுடைய தற்செருக்கைப் பெருக்கிக் கொள்வதற்காகத்தான்." ஒருவர் ஒரு

குறிப்பிட்ட விதத்தில் நடந்து கொள்ள வேண்டும் என்று நீங்கள் எதிர்பார்க்கிறீர்கள் என்று வைத்துக் கொள்வோம். எவ்வளவு எடுத்துச் சொல்லியும் அவர் கேட்கவில்லை என்றால், அவரது தற்செருக்கை உயர்த்த ஏதாவது வழி இருக்கிறதா என்று பாருங்கள். உங்களுக்கு உதவ அவர்களுக்கு ஒரு தனிப்பட்டக் காரணத்தைக் கொடுங்கள்.

சில நாட்களுக்கு முன்பு, நான் ஒருநாள் வேலையாக ஒரு நகரத்திற்குச் சென்றிருந்தேன். அப்போது அங்கு ஒரு தேசியக் கருந்தரங்கு நடைபெற்றுக் கொண்டிருந்தது. நான் சென்றிருந்த வேலை முடியாததால் எதிர்பாராத விதமாக நான் அன்றிரவு அந்நகரில் தங்க வேண்டியதாயிற்று. நான் அடிக்கடித் தங்கும் ஒரு ஹோட்டலுக்குச் சென்றேன். அங்கு கூட்டம் கடுமையாக இருந்தது. நான் முண்டியடித்துக் கொண்டு வரவேற்பு மேசையை சென்றடைந்து எனக்கு நன்கு பரிச்சயமான வரவேற்பாளரைப் பார்த்தேன்.

அவர், "லெஸ், நீங்கள் வருவீர்கள் என்று முன்பே சொல்லியிருக்கக்கூடாதா?" என்று மன்னிப்புக் கேட்கும் தொனியில் கேட்டுவிட்டு, "இப்போதிருக்கும் நிலையில் என்னால் ஒன்றும் செய்ய முடியாதே," என்று கையைப் பிசைந்தார்.

"நீங்கள் சொல்வதுபோல இது பிரச்சனைதான்," என்று பதிலளித்த நான், தொடர்ந்து அவரிடம், "இன்று என் பிரச்சனைக்கு இந்த நகரில் தீர்வு காணக்கூடிய ஒரே நபர் நீங்கள்தான். நீங்கள் எனக்கு ஓர் அறையைக் கொடுக்காவிட்டால், நான் அருகிலிருக்கும் பூங்கா பெஞ்சு ஒன்றில் படுத்துத் தூங்கிவிட வேண்டியதுதான்," என்று கூறினேன்.

"சரி, இன்னும் முப்பது நிமிடங்கள் இங்கு இருங்கள். ஏதாவது பண்ண முடியுமா என்று பார்க்கிறேன்," என்று அவர் கூறினார்.

சிறு கூட்டங்களுக்கு ஒதுக்கப்படும் ஓர் அறை இருப்பது நல்லவேளையாக அவருக்கு அப்போது நினைவுக்கு வந்தது. அதில் ஒரு கட்டிலைக் கொண்டு போட்டு அதை ஒரு படுக்கும் அறையாக மாற்றி அவர் எனக்குக் கொடுத்தார். எனக்கு ஓர் அறை கிடைத்தது. அவருக்கு, வேறு யாராலும் முடியாத ஒரு விஷயத்தைத் தான் சாதித்த ஒரு தன்னிறைவு ஏற்பட்டது.

தங்களை மேலும் விரும்பப் பிறருக்கு உதவுங்கள். அவர்களுடைய சுயமதிப்புத் தாகத்தைத் தணியுங்கள்.

3

பிறர் தங்களைக் குறித்து முக்கியமாக உணரும் விதத்தில் நடந்து கொள்ளுதல்

மனித உறவுகளைப் பொருத்தவரை அனைவரும் லட்சாதிபதிகளே. நம்மில் பெரும்பாலானோர் அதைப் பதுக்கி வைத்துக் கொள்வதுதான் பரிதாபம். ஒன்று, அப்படிப்பட்டதொரு பெரும் செல்வம் தங்களிடம் இருப்பதே பலருக்குத் தெரிந்திருப்பதில்லை. அப்படித் தெரிந்து வைத்திருப்பவர்களில் பலர் அதைக் கருமித்தனமாகப் பயன்படுத்திக் கொண்டிருக்கின்றனர். பிறருடைய சுயமதிப்பை உயர்த்துவது நீங்கள் எளிதாகச் செய்யக்கூடிய ஒரு காரியம்தான். பிறர் தங்களை அதிகமாக நேசிக்கும்படி செய்வது உங்களால் செய்ய முடிந்த விஷயங்களில் ஒன்றுதான். தாங்கள் பாராட்டப்படுகிறோம், ஏற்றுக் கொள்ளப்படுகிறோம் என்ற எண்ணத்தைப் பிறருக்குக் கொடுப்பதும் உங்கள் கைகளில்தான் இருக்கிறது.

பிறருடனான உங்கள் உறவை மேம்படுத்திக் கொள்ள விரைவான வழி, உங்களுக்குள் இருக்கும் இந்தச் செல்வத்தை அவர்களுடன் பகிர்ந்து கொள்வதுதான். இதற்கு உங்களுக்குத் துளிகூடச் செலவாகாது. அதோடு, அப்படிக் கொடுப்பதன் மூலம் உங்கள் செல்வ வளம் எள்ளளவும் குறைந்துவிடாது. ஆனால் அதைப் பண்டமாற்று முறையாகப் பயன்படுத்தாதீர்கள், அதை வைத்து பேரம் பேசாதீர்கள். பிறரிடமிருந்து உங்களுக்கு வேண்டியதைப் பெறுவதற்கு அதைக் கையூட்டாகக் கொடுக்காதீர்கள். எந்தவிதமான பாகுபாடுமின்றி அதைப் பிறருக்குக் கொடுங்கள். அப்படிச் செய்தால், பிறரிடமிருந்து நீங்கள் பெற விரும்பும் ஒன்று உங்களுக்குக் கிடைக்குமா என்று நீங்கள் கவலைப்பட வேண்டிய தேவை இல்லாமல் போய்விடும். எந்த எதிர்பார்ப்புமின்றி இதை நீங்கள் கொடுக்கும்போது அது பல மடங்காகப் பெருகி உங்களிடம் திரும்பி வரும் என்பது உறுதி.

ஒருவர் வெற்றிகரமாக இருப்பதாலோ அல்லது பிரபலமாக இருப்பதாலோ, தான் முக்கியத்துவம் வாய்ந்தவராகக் கருதப்பட வேண்டும் என்ற தேவை அவருக்கு இருக்காது என்று தவறாகக் கணக்குப் போட்டுவிடாதீர்கள். மரியாதையாக, மென்மையாக, இங்கிதமாக நடந்து கொள்ளுதல் பிறர் தங்கள்மீது வைத்துள்ள சுயமதிப்பிற்குத் தீனி போடும் நடவடிக்கைகள்தான். அதாவது, பிறருடைய முக்கியத்துவத்தை நீங்கள் அங்கீகரிக்கும் செயல்கள்தான் இவை. இந்தத் தேவை நம் அனைவருக்கும் இருக்கிறது. **பிறர் நம்முடைய முக்கியத்துவத்தை அங்கீகரிக்கிறார்கள் என்ற உணர்வு நமக்குக் கண்டிப்பாகத் தேவைப்படுகிறது.**

நம்முடைய சுயமதிப்பை உறுதி செய்கின்ற, நம்மை முக்கியமானவர்களாக உணரச் செய்கின்ற நடவடிக்கைகள்தான் நமக்குப் பிறரிடமிருந்து தேவை. பெருமளவுக்கு, பிறர் நம்மைப் பற்றி எப்படி உணர்கிறார்களோ அதன் பிரதிபலிப்பாகவே நாம் நம்மைப் பற்றி உணர்கிறோம். தான் சந்திக்கும் ஒவ்வொரு நபரும் தன்னைத் துச்சமாக நடத்தினால், ஒருவரால் தன் சுயமரியாதையையும் சுயகண்ணியத்தையும் காப்பாற்ற முடியாது.

அதனால்தான் மனித உறவுகளைப் பொருத்தவரை, முக்கியத்துவமற்றச் சிறுசிறு விஷயங்கள்கூட பிரம்மாண்டமான விளைவுகளை ஏற்படுத்துகின்றன. விவாகரத்துப் பெறுவதற்கு மக்கள் முன்வைக்கும் விநோதமான காரணங்களை நீங்கள் கேள்விப்பட்டிருக்கிறீர்களா? "நான் பண விஷயத்தில் ஒரு 'மட சாம்பிராணி' என்று வருவோர் போவோரிடமெல்லாம் கூறி மகிழ்வது அவரது வழக்கம்." அல்லது "தினமும் குப்பையை எடுத்துக் கொண்டுபோய் வாசலில் வைக்காவிட்டால் அவள் கடுமையாக என்னைச் சாடுவாள்."

இவை அற்பமான விஷயங்களாக இருக்கலாம். ஆனால் இவை மீண்டும் மீண்டும் மேற்கொள்ளப்படும்போது, "நீ முக்கியமான நபர் அல்ல," என்ற கருத்தைத்தான் அவை முன்வைக்கின்றன. ஒரு பெரிய காட்டைச் சுட்டுப் பொசுக்க ஒரு சிறு நெருப்புப் பொறி போதும் என்பதை நினைவில் வைத்திருங்கள். நீங்கள் கூறும் ஒரு சிறு வார்த்தை அல்லது நீங்கள் மேற்கொள்ளும் ஒரு சிறு செயல் ஒரு தொடர் நடவடிக்கையை உருவாக்கிவிடக்கூடும்.

நீங்கள் அடுத்தவரை அங்கீகரிக்க வேண்டும். ஒரு நாடு மற்ற நாடுகளுடன் ராஜாங்க உறவு வைத்துக் கொள்ளும்போது, அது அந்த நாடுகளை அங்கீகரிக்கிறது. நம் வாழ்விலும் நம் வேலையிலும் நாமும் அதே முறையைப் பின்பற்றலாம். பொதுவாக ஊழியர்கள் கீழ்க்கண்ட காரணங்களால் அதிருப்தி அடைகின்றனர்:

1. ஊழியர்கள் கொடுக்கும் பரிந்துரைகளுக்கு அவர்களுக்குப் பாராட்டு வழங்காமல் இருப்பது

2. ஊழியர்களின் புகார்களைக் களையாமல் இருப்பது

3. ஊழியர்களை ஊக்கப்படுத்தத் தவறுவது

4. பிறர் முன்னால் ஊழியர்களை விமர்சிப்பது

5. ஊழியர்களின் அபிப்பிராயங்களைக் கேட்கத் தவறுவது

6. ஊழியர்களிடம் காணப்படும் முன்னேற்றம் குறித்து அவர்களிடம் தெரிவிக்காமல் இருப்பது

7. ஊழியர்களிடையே பாகுபாடு காட்டுவது

இவை அனைத்துமே ஊழியர்களின் முக்கியத்துவத்தை அங்கீகரிக்காமல் இருப்பது தொடர்பானவை என்பதை நீங்கள் கவனத்தில் எடுத்துக் கொள்ள வேண்டும்.

பிறரை முக்கியத்துவம் வாய்ந்தவராக உணர வைப்பதற்கான நான்கு வழிகள் இவை:

1. பிறரும் முக்கியமானவர்கள் என்று எண்ணுங்கள். இது நடைமுறையில் கடைபிடிப்பதற்கு எளிதானது. பிறரும் முக்கியமானவர்கள் என்று உறுதியாக நம்புங்கள். அப்படி நீங்கள் செய்தால், நீங்கள் முயற்சி செய்யாமலேயே பிறர் குறித்து உங்களது மனப்போக்கு வெகுவாக மாறிவிடும். அப்படிச் செய்யும்போது நீங்கள் தேவையில்லாத ஜோடனைகளில் ஈடுபட வேண்டிய அவசியம் இல்லாமல் போய்விடும், பிறருடனான உங்கள் உறவு உண்மையானதாக மாறிவிடும். பிறர் ஒன்றுக்கும் உதவாதவர்கள் என்ற கண்ணோட்டம் உங்களிடம் இருந்தால், உங்கள் மத்தியில் இருக்கும்போது, தாங்கள் முக்கியத்துவம் வாய்ந்தவர்கள் என்று அவர்களால் ஒருபோதும் உணர முடியாது. மக்களைவிட இந்த உலகில் வேறு எது முக்கியமானதாக இருந்துவிட முடியும்?

2. மக்களை கவனியுங்கள். உங்களுக்கு முக்கியமானதாகப் படுகின்ற விஷயங்களில் மட்டும்தான் நீங்கள் கவனம் செலுத்துகிறீர்கள் என்பது உங்களுக்குத் தெரியுமா? இன்னும் சொல்லப் போனால், உங்களைச் சுற்றியுள்ள விஷயங்களில் மிகக் குறைவானவற்றையே நீங்கள் பார்க்கிறீர்கள் என்பதுதான் உண்மை. ஒரு தெரு வழியாக ஐந்து பேர் நடந்து சென்றால், அவர்கள் ஒவ்வொருவரும் ஐந்து வெவ்வேறு விஷயங்களைப் பார்ப்பர். ஏனெனில், ஒவ்வொருவருக்கும் வெவ்வேறு விஷயங்கள் முக்கியம் வாய்ந்தவையாக இருக்கும்.

அதனால் பிறர் நம்மை கவனிக்கும்போது அவர்கள் நமக்கு ஓர் அங்கீகாரத்தைக் கொடுக்கின்றனர். நான் உங்களுடைய முக்கியத்துவத்தை அங்கீகரிக்கிறேன்

என்று கூறாமல் கூறுகின்றனர். அது நமக்கு
ஊக்கமளிக்கிறது. நாம் அந்த நபரிடம் அதிகத்
தோழமையுடன் நடந்து கொள்கிறோம், அவருக்குக்
கூடுதலான ஒத்துழைப்பைக் கொடுக்கிறோம்.
உண்மையில் நாம் வழக்கமாகச் செய்வதைவிட
அதிகப்படியாக முயற்சிக்கிறோம். பல பேர்
அடங்கிய ஒரு குழுவைக் கையாளும்போது, நீங்கள்
அதிலுள்ள ஒவ்வொரு நபரையும் தனித்தனியாக
அங்கீகரிக்க மறந்துவிடாதீர்கள்.

3. **பிறருடன் போட்டிப் போடாதீர்கள்.** இதற்குக்
கூடுதலான முயற்சி தேவைப்படும். ஏனெனில்,
பிறரைப்போலவே, உங்களுக்கு முக்கியத்துவம்
கொடுக்கப்பட வேண்டும் என்று நீங்களும்
முயற்சி செய்வது அடிப்படையான மனித
இயல்புதான். இந்த மனித இயல்பை நீங்கள்
உங்களுக்குச் சாதகமாகவும் பயன்படுத்திக்
கொள்ளலாம், பாதகமாகவும் பயன்படுத்திக்
கொள்ளலாம். ஆனால் இது உங்களுக்கு எதிராகத்
திரும்பிவிடாதபடி பார்த்துக் கொள்ள வேண்டும்.
ஏனெனில், பிறரோடு பழகும்போது, நாம்
முக்கியமானவர்கள் என்ற கண்ணோட்டத்தை
அவர்கள்மீது திணிக்க முயலும் சபலம் எழுவதைத்
தவிர்க்க முடியாது. வேண்டுமென்றோ அல்லது
ஆழ்மனரீதியாகவோ, பிறரிடம் நம்மைப் பற்றி
ஓர் உயர்வான அபிப்பிராயத்தை ஏற்படுத்த நாம்
எப்போதும் முயன்று கொண்டே இருக்கிறோம்.

தான் ஏற்படுத்திய ஒரு சாதனையைப் பற்றி ஒருவர்
நம்மிடம் தெரிவித்தால், நாம் உடனே அதைவிடப்
பெரிய சாதனையைப் பற்றி நினைத்துப் பார்க்கத்
தொடங்குகிறோம். யாராவது ஒரு நல்ல கதையை
நம்மிடம் கூறினால், அதைவிடச் சிறப்பான கதை

ஒன்றைக் கூற நாம் முனைகிறோம். எப்போதும் நாம் நம்முடைய முக்கியத்துவத்தைத் தூக்கி நிறுத்த முனைவதால், பிறரை மட்டம் தட்டுவதன் மூலம் அதைச் சாதிக்கும் காரியங்களில் நாம் இறங்குகிறோம். இப்பிரச்சனையைச் சமாளிக்க ஓர் எளிய வழி இருக்கிறது. நீங்கள் உங்களைப் பற்றிப் பிறரிடம் ஓர் உயர்வான அபிப்பிராயத்தை உருவாக்க விரும்பினால், அதற்கான ஒரே சிறந்த வழி, நீங்கள் அவர்களைப் பற்றி மிக உயர்வான அபிப்பிராயம் கொண்டுள்ளதை அவர்களுக்குத் தெரியப்படுத்துவதுதான். அப்படிச் செய்யும்போது, அவர்கள் உங்களை ஒரு புத்திசாலியான நபராக, பழகுவதற்கு இனியவராகக் கருதுவர். அதை விடுத்து, நீங்கள் அவரோடு போட்டியிட்டால், நீங்கள் ஒரு வடிகட்டிய முட்டாள் என்றும், பழகுவதற்குக் கடினமானவர் என்றும் அவர்கள் கருதுவர்.

4. எப்போது பிறரைத் திருத்த வேண்டும் என்பதை அறிந்து வைத்திருங்கள். பொதுவாக நாம் பிறரைத் திருத்தவோ அல்லது அவர்களுடைய கருத்துகளோடு முரண்படவோ முனையும்போது, அது எதையும் திருத்துவதற்காகச் செய்யப்படுவதில்லை. மாறாக, நம்முடைய முக்கியத்துவத்தைத் தூக்கி நிறுத்திக் கொள்வதற்காகவே நாம் அவ்வாறு நடந்து கொள்கிறோம்.

"அவர்களுடைய கூற்று சரியாக இருந்தாலும் சரி அல்லது தவறாக இருந்தாலும் சரி, அது அப்படி என்ன வித்தியாசத்தை ஏற்படுத்திவிடப் போகிறது?" என்று சிந்தியுங்கள். சிறு சிறு சச்சரவுகள் அனைத்திலும் வென்றுவிட வேண்டும் என்று ஆசைப்படாதீர்கள். ஒரு விவாதத்தில்

ஒருவருடைய தற்செருக்கைத் தவிர வேறு எதுவும் சம்பந்தப்பட்டிருக்காதபோது, அதைப் பற்றி எதற்காகப் பெரிதாகக் குழப்பிக் கொள்ள வேண்டும்? சிறு சச்சரவுகளில் வெல்வதன் மூலம் நீங்கள் உங்களுடைய தற்செருக்கிற்குத் தீனி போடலாம். ஆனால் அது தோற்றுவிக்கும் எதிர்மறையான விளைவுகளுக்கு நீங்கள் கொடுக்க வேண்டிய விலை மிகவும் அதிகமாக இருக்கும்.

4

பிறரது மனப்போக்கு மற்றும் நடவடிக்கைகளைக் கட்டுப்படுத்துதல்

பிரபல நாவலான 'டிரில்பி'யில் வரும் கதாபாத்திரமான ஸ்வெங்கலி ஒரு வசிய நிபுணர். அவர் தன்னிடமுள்ள மர்மமான ஆற்றலைக் கொண்டு பிற மக்களின் நடவடிக்கைகளையும் நடத்தைகளையும் கட்டுப்படுத்துவார். இக்கதையை நீங்கள் கேள்விப்பட்டிருக்கக்கூடும்.

நாம் ஒவ்வொருவரும் ஏதோ ஒரு விதத்தில் ஸ்வெங்கலியைப் போன்றவர்கள்தான் என்று நான் கூறினால் அது உங்களுக்கு வியப்பூட்டலாம். நாம் வசிய நிபுணர்களாக இல்லாமல் இருக்கலாம். ஆனால் நாம் ஒவ்வொருவருமே பிறரைக் கட்டுப்படுத்துகிறோம். ஆனால் அதை நாம் செய்து கொண்டிருக்கிறோம் என்பதை அறியாமலேயே நாம் அதைச் செய்து வருகிறோம். இதில் வேடிக்கை என்னவென்றால், அதை நாம்

35

பிறர்மீது பயன்படுத்துவதைக் காட்டிலும் நமக்கு எதிராகவே அதிகமாகப் பயன்படுத்துகிறோம். நாம் யாரோடெல்லாம் தொடர்பு கொள்கிறோமோ அவர்களுடைய செயல்களையும் நடத்தையையும் நாம் கட்டுப்படுத்துகிறோம். நம் முன்னால் இருக்கும் தேர்வு இதுதான்: நாம் அதை நல்லவிதமாகப் பயன்படுத்தப் போகிறோமா அல்லது மோசமாகப் பயன்படுத்தப் போகிறோமா? அதை நமக்குச் சாதகமாகப் பயன்படுத்தப் போகிறோமா அல்லது பாதகமாகப் பயன்படுத்தப் போகிறோமா?

பெரும்பாலான சமயங்களில், உங்களை யாராவது மரியாதைக் குறைவாக நடத்தியிருந்தாலோ அல்லது உங்களிடம் நியாயமற்று நடந்து கொண்டிருந்தாலோ, அப்படிப்பட்ட நடத்தையை நீங்கள்தான் உங்கள்மீது தருவித்துக் கொண்டீர்கள் என்று அறிந்து கொள்வது உங்களுக்கு வியப்பூட்டலாம். **பிறர் உங்களிடம் எப்படிப்பட்ட நடத்தையை வெளிப்படுத்த வேண்டும் என்று நீங்கள் விரும்புகிறீர்களோ அந்த மனப்போக்கை நீங்கள் சுவீகரித்துக் கொள்ள வேண்டும்.** பிறர் எந்தவிதமான மனப்போக்கை வெளிப்படுத்துகிறார்களோ அதையேதான் பொதுவாக மக்கள் பிரதிபலிக்கின்றனர். இக்கோட்பாட்டை நீங்கள் நடைமுறைப்படுத்தும்போது அதனால் ஏற்படும் விளைவுகளைக் கண்டு நீங்கள் அதிசயிப்பீர்கள். பொதுவாக எல்லோருமே சரியான செயல்களைச் செய்யவே விரும்புகின்றனர். வாழ்க்கையில் நம்முன் விரியும் சூழலுக்கு ஏற்பவே நாம் நடந்து கொள்கிறோம். பிறர் நம்மைப் பற்றிக் கொண்டிருக்கும் அபிப்பிராயங்களுக்கு ஏற்ப நடந்து கொள்ள வேண்டும் என்ற தணியாத தாகம் நம் ஒவ்வொருவருக்குள்ளும் இருக்கிறது.

நாம் மற்றவர்களுடன் கலந்துறவாடும்போது நம்முடைய மனப்போக்குகள் பிறருடைய நடத்தையில் பிரதிபலிப்பதை நாம் காணுகிறோம். அது நாம் ஒரு கண்ணாடி முன் நிற்பதற்கு ஒப்பானது. நாம் புன்னகைத்தால், கண்ணாடியில் தெரியும் நபரும் புன்னகைப்பார். நாம் புருவத்தைச் சுளித்தால் அவரும் சுளிப்பார். நாம் கத்தினால் அவரும் கத்துவார். இதை நீங்கள் அறிந்து கொண்டால், பிறருடைய உணர்ச்சிகளை உங்களால் பிரமிக்கத்தக்க அளவில் கட்டுப்படுத்த முடியும். எந்த நேரமும் உங்கள் கையை மீறிப் போய்விடுகின்ற அபாயகரமான ஒரு சூழலில் நீங்கள் இருக்கும்போது, உங்கள் குரலைத் தணித்துக் கொண்டு மென்மையாகப் பேசுங்கள். உங்களுடன் பேசிக் கொண்டிருப்பவரும் தன் குரலைத் தணித்துக் கொள்ள அது அவரைத் தூண்டும். ஒருவர் தன் குரலைத் தணித்துக் கொண்டு மென்மையாகப் பேசும்போது அவரால் தொடர்ந்து கோபத்தில் கொந்தளிக்க முடியாது. நீங்கள் பேசிக் கொண்டிருக்கும் நபர் கடும் கோபம் கொள்ளும்வரை நீங்கள் காத்திருந்தால், இது வேலை செய்யாது. ஆனால் நீங்கள் இந்த உத்தியைப் பயன்படுத்தினால், கோபம் அங்கு நிலை கொள்வதற்கு முன்பே அதை உங்களால் தடுத்துவிட முடியும்.

உற்சாகம் ஒரு தொற்றுநோயைப் போன்றது. உற்சாகம் சளியைப்போல ஒரு தொற்று நோய்தான். அதேபோலத்தான் உற்சாகமின்மையும் விட்டேத்தியான மனப்பான்மையும். நீங்களே உற்சாகமாக இல்லாவிட்டால், பிறரை உங்களால் எப்படி உற்சாகப்படுத்த முடியும்?

உங்களுடைய தன்னம்பிக்கை பிறரிடம் நம்பிக்கையை விதைக்கிறது. உங்களுடைய உற்சாகத்தைக் கொண்டு எப்படி உங்களால் பிறரை உற்சாகப்படுத்த முடியுமோ, அதேபோல நீங்கள் தன்னம்பிக்கையுடன் நடந்து கொள்வதன் மூலம் பிறரை உங்கள்மீது நம்பிக்கை கொள்ள வைக்க முடியும். பல சமயங்களில், திறமையானவர்களைவிட மிகவும் சராசரியானவர்கள் வாழ்க்கையில் முன்னேறக் காரணம் அவர்கள் தன்னம்பிக்கையுடன் நடந்து கொள்வதுதான்.

சிறந்த தலைவர்கள் அனைவரும் இதை அறிந்து வைத்திருந்தனர். நெப்போலியன் போனபார்ட் முதன்முறையாக நாடு கடத்தப்பட்டப் பிறகு, அவரைப் பிடிக்க அனுப்பப்பட்டப் பிரெஞ்சுப் படையை அவர் துணிச்சலுடன் முன்வந்து சந்தித்தார். பிரெஞ்சுப் படை வீரர்கள் தன்னைத் தலைவராக ஏற்றுக் கொள்வார்கள் என்ற அசாத்தியத் துணிச்சலுடன் அவர் சென்றார். அந்த வீரர்களும் அவரது தலைமையை ஏற்றுக் கொண்டனர்.

ஜான் டி. ராக்கஃபெல்லரும் ஒரு முறை இதே உத்தியைக் கையாண்டார். அவரிடம் பொருட்களை விற்றிருந்தவர்கள் பணத்தை உடனே கொடுக்குமாறு அவரை நெருக்கியபோது, ராக்கஃபெல்லர், தன் வங்கிக் காசோலைப் புத்தகத்தை எடுத்து அவர்களிடம் காட்டி, “உங்களுக்கு என்ன வேண்டும், காசோலை வேண்டுமா அல்லது என்னுடைய நிறுவனமான ஸ்டான்டார்டு எண்ணெய் நிறுவனத்தின் பங்குகள் வேண்டுமா?” என்று வினவினார். அவர் அமைதியாகவும் தன்னம்பிக்கையோடும் இருந்ததைப் பார்த்த

அவர்கள் அனைவரும் அவரது நிறுவனத்தின் பங்குகளை வாங்கிக் கொண்டு திரும்பினர். பின்னர் ராக்கஃபெல்லரின் பங்குகளின் மதிப்புக் கணிசமாக உயர்ந்ததால் அவர்கள் எல்லோரும் பலனடைந்தனர். நீங்கள் தன்னம்பிக்கையோடு இருந்து, அதை வெளிக்காட்டும் விதமாகச் செயல்பட்டால், மற்றவர்களும் உங்கள்மீது நம்பிக்கை வைக்கத் தொடங்குவர்.

உங்கள் ஆளுமைக்கு வசீகரத்தைக் கூட்டுங்கள். பல வழிகளில் தன்னை வெளிப்படுத்திக் கொள்ளும் தன்மை தன்னம்பிக்கைக்கு உண்டு. ஒரு சிலரிடம் நாம் ஏன் நம்பிக்கை வைக்கிறோம் என்பது குறித்து நாம் விரிவாக அலசி ஆராயாவிட்டாலும், பிறர் தங்களை அறியாமலேயே வெளிப்படுத்தும் சில சமிக்கைகளை வைத்து ஆழ்மனரீதியாக நாம் எப்போதும் அவர்களை எடை போடுகிறோம்.

1. **நீங்கள் எப்படி நடக்கிறீர்கள் என்பதில் கவனம் செலுத்துங்கள்.** உடல்ரீதியாக நீங்கள் வெளிப்படுத்தும் செயல்பாடுகள் உங்கள் மனப்போக்கை வெளிப்படுத்தும் வல்லமை படைத்தவை. தொங்கிய தோள்களுடன் ஒருவர் நடந்து சென்று கொண்டிருந்தால், அவர் மனத்தளவில் தன்னால் சுமக்க முடியாத பாரத்தைச் சுமந்து கொண்டிருக்கிறார் என்று நீங்கள் எண்ணுவீர்கள். ஊக்கமிழப்பு மற்றும் விரக்தியால் அவர் அவதிப்பட்டுக் கொண்டிருக்கலாம். ஒருவர் மனத்தளவில் பாதிக்கப்பட்டிருந்தால், அது அவரது உடலையும் பாதிக்கும், அவருடைய தோள்கள் துவளும். ஒருவர் தன் தலையைத் தொங்கப் போட்டுக் கொண்டு கீழே பார்த்தபடி சென்று கொண்டிருந்தால், அவர் நன்னம்பிக்கையற்ற

நிலையில் உலாவுகிறார் என்று பொருள். பயந்த சுபாவம் உள்ளவர்கள் மெதுவாகவும் தயக்கத்துடனும்தான் அடியெடுத்து வைப்பர். அதே சமயம், நன்னம்பிக்கை மிக்கவர்கள் துணிச்சலாக அடியெடுத்து வைப்பர். அவர்கள் நிமிர்ந்த நடையுடனும் நேர் கொண்ட பார்வையுடனும் இருப்பர். தங்களுடைய இலக்குகளைத் தங்களால் அடைய முடியும் என்ற உறுதி அவர்களுடைய நடையில் வெளிப்படும்.

2. உங்களுடைய கைகுலுக்கல் நீங்கள் உங்களைப் பற்றி வெளிப்படுத்த நினைப்பதைக் காட்டிலும் அதிகமாகக் காட்டிக் கொடுத்துவிடும். ஒருவர் மற்றொருவருடன் மிகவும் தளர்ச்சியுடன் கைகொடுத்தால், அவருடைய தன்னம்பிக்கை அதளபாதாளத்தில் இருக்கிறது என்று தாராளமாக முடிவு கட்டலாம். அதே சமயம், சுயமரியாதைக் குறைவால் அவதிப்படுபவர்கள்தான் அடுத்தவர்களுடைய கைகளை நொறுக்கிவிடுவதுபோலக் கைகொடுக்கின்றனர். லேசான அழுத்தத்துடன்கூடிய உறுதியான கைகுலுக்கல் தன்னம்பிக்கையை வெளிப்படுத்துவதோடு, விஷயங்கள் ஒருவருடைய கட்டுப்பாட்டில் இருக்கின்றன என்பதையும் தெரிவிக்கிறது.

3. உங்கள் குரலின் தொனியை மிதமான அளவில் வைத்துக் கொள்ளுங்கள். மற்ற வழிகளைவிட நாம் நம் குரலின் மூலமாகத்தான் நம்மை அதிகமாக வெளிப்படுத்திக் கொள்கிறோம். தகவல் பரிமாற்றத்தைப் பொருத்தவரை குரல்தான் இருப்பதிலேயே மிக முக்கியமான பாத்திரத்தை வகிக்கிறது. உங்களுடைய யோசனைகளைவிட உங்கள் குரல்தான் அதிகமானவற்றை

வெளிப்படுத்துகிறது. அதோடு, உங்களது உணர்ச்சிகளை உங்களை அறியாமலேயே அது பிறருக்கு வெளிப்படுத்திவிடுகிறது. உங்களுடைய குரலை நீங்களே கேட்டுப் பாருங்கள். அது துணிச்சலை வெளிப்படுத்துகிறதா அல்லது நம்பிக்கையின்மையை வெளிப்படுத்துகிறதா? எரிச்சலான குரலில் பேசுவது உங்களுடைய வழக்கமாக ஆகிவிட்டதா? பொதுவாக நீங்கள் பேசும்போது முணுமுணுப்பீர்களா அல்லது தைரியமாகப் பேசுவீர்களா?

4. புன்னகை எனும் மாயாஜால ஆபரணத்தை அணிந்து கொள்ளுங்கள். உண்மையான மற்றும் மனபூர்வமான புன்னகை பிறரிடம் நட்புணர்வைத் தூண்டும். புன்னகையை வலுக்கட்டாயமாக உங்களுடைய முகத்தில் பூட்டிக் கொள்ளாதீர்கள். அது உங்களுக்குள்ளிருந்து வெளிவரட்டும். எல்லோராலும் புன்னகை புரிய முடியும். அதை நீங்கள் வெளிக் கொண்டு வர வேண்டும், அவ்வளவுதான். நீங்கள் உங்களுடைய புன்னகையைப் பயன்படுத்தாமல் இருப்பது என்பது, வங்கியில் கோடிக்கணக்கில் பணத்தை வைத்துக் கொண்டு காசோலை இல்லாமல் இருப்பதற்கு ஒப்பானது.

மக்களைச் சிறப்பாகச் செயல்பட வைப்பதற்கு ஒரே ஒரு வழிதான் இருக்கிறது. வின்ஸ்டன் சர்ச்சில் கூறியுள்ளதைப் பின்பற்றுவதுதான் அது. அவர், "பிறர் ஒரு நல்ல குணத்தைத் தங்களிடம் உருவாக்கிக் கொள்ள வேண்டும் என்று நீங்கள் விரும்பினால், அதற்குச் சிறந்த வழி, அது ஏற்கனவே அவரிடம் இருப்பதாக முத்திரை குத்துவதுதான்," என்று கூறியுள்ளார். ஒருவர் நம்பத் தகுந்தவர் என்று

நீங்கள் நினைக்கிறீர்கள் என்பதை அவரிடம் நீங்கள் தெரியப்படுத்தினால், அவர் கண்டிப்பாக உங்கள் நம்பிக்கைக்கு உரியவராக நடந்து கொள்வார். ஒருவரை விமர்சிப்பது, அச்சுறுத்துவது, அவருக்கு அறிவுரை கூறுவது போன்றவற்றின் மூலமாக அவரைத் திருத்த முயல்வது பெரும்பாலும் வெற்றி பெறுவதில்லை. எவருமே ஒட்டுமொத்தமாக நல்லவர்களோ அல்லது தீயவர்களோ அல்லர். நம் ஒவ்வொருவரிடமும் பல்வேறு முகங்கள் இருக்கின்றன. பிறர் நம்மிடம் எதைத் தூண்டுகிறார்களோ அந்த முகத்தைத்தான் நாம் அவர்களிடம் காட்டுகிறோம். உளவியலையும் கருத்துப் பரிமாற்றத்தையும் பயன்படுத்திப் பிறரிடமுள்ள நல்ல, பெருந்தன்மையான பக்கத்தை வெளிக் கொண்டு வாருங்கள்.

உற்சாகமான, துணிச்சலான மனப்போக்கையும் நடத்தையையும் நீங்கள் இன்றே உங்களிடம் வளர்த்தெடுக்கத் தொடங்குங்கள். அதன்படி பேசுங்கள். உங்கள் தோரணையை மாற்றிக் கொள்ளுங்கள். தலையை நிமிர்த்தி வைத்துக் கொள்ளுங்கள். மிகமிக முக்கியமான ஒரு விஷயத்தை மேற்கொள்ளப் போவதற்கு நடந்து செல்வதுபோல நம்பிக்கையுடன் அடியெடுத்து வையுங்கள்.

5

நம்மைப் பற்றிப் பிறரிடம் நல்லதோர் அபிப்பிராயத்தை உருவாக்குதல்

நாம் பிறரை எவ்வாறு அணுகுகிறோம் என்பது அந்த சந்திப்பு எவ்வாறு தொடரப் போகிறது என்பதைத் தீர்மானிக்கிறது. பிறருடனான உரையாடல் எவ்வாறு நிறைவடைய வேண்டும் என்று நீங்கள் எண்ணுகிறீர்களோ அதை மனத்தில் வைத்து நீங்கள் உங்கள் உரையாடலைத் துவக்கினால், உங்களால் பிறரின் நடத்தையையும் செயல்பாட்டையும் பெருமளவுக்குக் கட்டுப்படுத்த முடியும்.

நீங்கள் உங்கள் வேலை தொடர்பான விஷயங்களைப் பேசப் போகிறீர்கள் என்றால், உங்கள் உரையாடல் ஆழமானதாகவும் தொழில் தொடர்பானதாகவும் மட்டுமே இருக்கட்டும். அதுவே சாதாரணமான உரையாடலாக இருக்கும்பட்சத்தில் அதை சகஜமான குரலில் நீங்கள் துவக்கலாம். நீங்கள் எப்படித்

துவக்குகிறீர்களோ அதே பாணியில் பிறரும் நடந்து கொள்வர். நீங்கள் ஒரு நாடகத்தை எப்படி மேடை ஏற்றுகிறீர்களோ அதற்கு ஏற்றாற்போல அவர்கள் தங்களுடைய பாத்திரத்தை அரங்கேற்றுவர். பிறருடன் கலந்துறவாடும் ஒவ்வொரு முறையும் நீங்கள் ஒரு நாடகத்தை மேடை ஏற்றுகிறீர்கள். நீங்கள் நகைச்சுவை நாடகத்திற்கு ஏற்ற அரங்கத்தை அமைத்தால், இறுக்கமாக நடந்து கொள்ளாதீர்கள். நீங்கள் ஒரு துக்ககரமான நாடகத்தை மேடை ஏற்ற முயன்றால், அதற்கு ஏற்றவாறுதான் பிறர் உங்களிடம் நடந்துகொள்வார்கள். நாம் எதிர்பார்த்த மாதிரி ஒரு நேர்முகத் தேர்வோ அல்லது ஒரு சந்திப்போ நடக்கவில்லை என்றால், அது சரியாகப் போகவில்லை என்று நாம் புலம்புவோம். ஆனால் நாம் அதைச் சரியாகத் துவக்காமல் விட்டதுதான் பெரும்பாலான சமயங்களில் அதற்குக் காரணமாக இருக்கும்.

எந்தவோர் உரையாடலுக்குள்ளும் நுழைவதற்கு முன்பு, "நான் இதிலிருந்து எந்த வகையான விளைவைப் பெற விரும்புகிறேன்?" என்று உங்களை நீங்களே கேட்டுக் கொள்ளுங்கள். பிறகு அதற்கு ஏற்ற மேடையை அமையுங்கள். பிறர்மீது நாம் ஏற்படுத்தும் முதல் அபிப்பிராயம் நீடித்து நிலைத்திருக்கும் என்பதை நினைவில் வைத்துக் கொண்டால் பிறரது செயல்களையும் அவர்களது கண்ணோட்டங்களையும் நம்மால் கட்டுப்படுத்த முடியும்.

பிறர் உங்களைப் பற்றி எப்படிப்பட்ட அபிப்பிராயங்களைக் கொண்டிருக்கிறார்கள் என்பதற்கு மற்ற எல்லோரையும்விட நீங்கள்தான் முக்கியக் காரணம். **நாம் நம்மைக் குறித்து என்ன**

அபிப்பிராயங்களைக் கொண்டிருக்கிறோமோ அவற்றை அடிப்படையாகக் கொண்டே உலகம் நம்மைப் பற்றிய தன்னுடைய அபிப்பிராயத்தை உருவாக்கிக் கொள்கிறது. நீங்கள் நினைத்துள்ளதைப்போல உலகம் உங்களை ஏற்றுக் கொள்ளவில்லை என்றால், அதற்கு உங்களைத்தான் நீங்கள் பழித்துக் கொள்ள வேண்டும். எந்த விதத்திலும் முக்கியத்துவம் இல்லாத ஒருவர்போல நீங்கள் நடந்து கொண்டால், உலகம் உங்களைக் கிள்ளுக்கீரையாகத்தான் நடத்தும். நீங்கள் ஒரு முக்கியப் புள்ளிபோல நடந்து கொண்டால், உங்களை அப்படி நடத்துவதைத் தவிர அதற்கு வேறு வழி இல்லாமல் போய்விடும்.

ஒருபோதும் மாறுவேடம் பூணாதீர்கள். நாம் நம்மைப் பற்றிக் கொண்டுள்ள அபிப்பிராயத்தைவிட நாம் அதிக புத்திசாலிகள்தான். மக்கள் தங்கள்மீது அணிந்து கொள்ளும் திரைகளை ஊடுருவிப் பார்க்கும் வல்லமை வெளிமனத்திற்குக் கிடையாது என்றாலும், நம் ஆழ்மனத்திற்கு அந்த சக்தி உண்டு. நம்முன் வெளிவேடம் போடுபவர்களுக்குத் தங்களைப் பற்றிய உயர்வான அபிப்பிராயம் கிடையாது என்பதை நம் ஆழ்மனம் நம்மிடம் எடுத்துரைக்கும். நீங்கள் உங்கள்மீது வைத்துள்ள அபிப்பிராயத்தை வைத்து மட்டும் மக்கள் உங்களை எடை போடுவதில்லை. உங்களுடைய வேலை, உங்களுடைய கருத்துகள், உங்களுடைய போட்டியாளர்கள் குறித்து நீங்கள் கொண்டிருக்கும் அபிப்பிராயங்கள் ஆகியவை, உங்களைக் குறித்து அவர்கள் கொண்டிருக்கும் அபிப்பிராயத்தை பாதிக்கின்றன. "நீ பிறரை எவ்வாறு எடை போடுகிறாயோ, அதுபோலவே நீயும் பிறரால் எடை போடப்படுவாய்," என்று

பைபிள் கூறுகிறது. மனித உறவுகளை மேம்படுத்திக் கொள்ள அது ஒரு நல்ல அறிவுரை. **நாம் ஏதாவது ஒன்றை எடை போடும் ஒவ்வொரு முறையும், நாம் எவ்வாறு எடை போடப்பட வேண்டும் என்பதற்கான துப்பு ஒன்றை நாம் கொடுக்கிறோம்.**

உங்கள் வேலைமீதும் உங்கள் நிறுவனத்தின்மீதும் நீங்கள் எந்த மாதிரியான மதிப்பை வைத்திருக்கிறீர்கள்? நீங்கள் எங்கே வேலை செய்கிறீர்கள் என்று யாராவது உங்களிடம் கேட்கும்போது, நீங்கள், "ஓ, அதுவா, நான் ஒரு சாதாரண வங்கியில் வேலை செய்கிறேன்," என்று அவமானம் தெறிக்கும் தொனியில் பதிலளிக்கிறீர்களா, அல்லது பெருமையுடன், "இப்பகுதியிலேயே தலைசிறந்த வங்கி ஒன்றில் நான் வேலை செய்கிறேன்," என்று கூறுகிறீர்களா? இரண்டாவது பதிலை நீங்கள் அளித்தால், மக்கள் உங்களைப் பற்றி உயர்வாக நினைப்பர். உங்கள் நிறுவனத்தைப் பற்றியோ அல்லது உங்கள் முதலாளியைப் பற்றியோ பெரிதாகக் கூறுவதற்கு எதுவுமில்லை என்ற அபிப்பிராயத்தை நீங்கள் வெளிப்படுத்தினால், உங்களைப் பற்றியும் அவர்கள் பெரிதாகக் கருத மாட்டார்கள்.

போட்டியாளர்களைப் பற்றித் தரக்குறைவாகப் பேசாதீர்கள். நீங்கள் உங்களைப் பற்றி ஒரு நல்ல அபிப்பிராயத்தை உருவாக்க விரும்பினால், உங்களுடைய போட்டியாளர்களையோ அல்லது அவர்களுடைய பொருட்களையோ பற்றித் தரக்குறைவாக விமர்சிக்காதீர்கள். மாறாக, உங்களுடைய விற்பனைப் பொருளைப் பற்றி உயர்வாகப் பேசுங்கள். மக்கள் பொதுவாக எதிர்மறையான பேச்சுகளை ரசிப்பதில்லை

என்பது ஒருபுறம் இருக்க, அப்படிச் செய்வதன்
மூலம், நீங்கள் எதிர்மறையான மேடை ஒன்றை
நிறுவவும் முயற்சிக்கிறீர்கள்.

நீங்கள் ஏதோ ஒரு பொருளை விற்க முயலும்போது
இப்படிப்பட்டக் காரியத்தில் இறங்கினால்,
நீங்கள் அங்கு ஓர் எதிர்மறையான சூழலை
உருவாக்கிவிடுகிறீர்கள். அதனால், உங்களுடைய
பொருளை வாங்கக்கூடிய சாத்தியக்கூறுள்ள
நபரிடமிருந்து ஒரு சாதகமான பதிலைப் பெறுவது
உங்களுக்கு கடினமாகிவிடுகிறது. ஒரு நேர்மறையான
சூழலை உருவாக்கினால், உங்களுடைய
பொருளை வாங்கிக் கொள்ள அவரிடம் சம்மதம்
பெறுவது எளிதாக இருக்கும். சரி என்ற பதிலை
மட்டுமே வரவழைக்கின்ற விதத்தில் கேள்விகளை
அமைப்பது ஒரு நல்ல துவக்கமாக அமையும்.
"இந்த நிறம் நன்றாக இருக்கிறது அல்லவா?"
அல்லது "இந்த வேலைப்பாடு சிறப்பாக இருக்கிறது,
இல்லையா?" போன்ற கேள்விகளை இதற்கு
எடுத்துக்காட்டுகளாகக் கூறலாம். உங்களுடைய
அறிமுகக் கேள்விகள் சிலவற்றிற்கு ஒருவர் 'ஆமாம்'
அல்லது 'சரி' என்று பதிலளித்துவிட்டால், அதைத்
தொடர்ந்து நீங்கள் கேட்கவிருக்கும் பெரிய
கேள்விகளுக்கும் அதே போன்ற நேர்மறையான
பதில்களைப் பெறுவது சுலபமானதாக இருக்கும்.

ஆனால் நீங்கள் கவனமாக இருக்க வேண்டும்.
**சில சமயங்களில் ஆமாம் என்ற பதில்கூட எதிர்மறையான
பதிலாக அமைந்துவிடக்கூடும்.** எடுத்துக்காட்டாக,
"இன்று மிகவும் சூடாக இருக்கிறது, இல்லையா?"
என்ற கேள்வியோ, அல்லது "உலகம் இன்று
மிகவும் மோசமாகிவிட்டது, சரிதானே?"
என்ற கேள்வியோ, ஆமாம் என்ற பதிலை

வரவழைத்தாலும் அங்கு எதிர்மறைகள் குடியேற நீங்கள் அனுமதித்துவிடுகிறீர்கள். எதிர்மறையான, மனந்தளர்ந்த நிலையில் இருக்கும் மக்கள் பொதுவாக ஜாக்கிரதையாகவும் தயக்கத்துடனும் இருப்பர். அதே சமயம், உற்சாகமாகவும் நேர்மறையாகவும் இருக்கும் மக்கள், நீங்கள் விற்கும் பொருட்களை வாங்கவோ அல்லது நீங்கள் வழங்கும் சேவைகளைப் பெறவோ ஆவலுடன் இருப்பர். அதோடு, அவர்கள் பெருந்தன்மையோடும், தங்களை மேம்படுத்திக் கொள்ள விரும்புபவர்களாகவும், புதிய காரியங்களில் இறங்கும் துணிச்சல் கொண்டவர்களாகவும் இருப்பர்.

பிரச்சனைகள் தோன்றக்கூடும் என்ற தோற்றத்தை அளிக்கும் கேள்விகளைக் கேட்காதீர்கள். இப்படிப்பட்ட பதில்களைப் பெறும் கேள்விகளைக் கேளுங்கள்: "உங்களுக்கு இது பிடித்திருக்கிறதா?" என்று கேட்பதற்குப் பதிலாக, "உங்களுக்கு இது பிடித்திருக்கிறது என்று நான் கருதுகிறேன், சரிதானே?" என்று கேளுங்கள். கேள்விகளைக் கேட்டுக் கொண்டிருக்கும்போது, நேர்மறையான விதத்தில் உங்கள் தலையை ஆட்டுங்கள். உங்கள் செய்கை பிறருடைய நடவடிக்கைகள்மீதும் அபிப்பிராயங்கள்மீதும் கண்டிப்பாக ஒரு தாக்கத்தை ஏற்படுத்தும்.

பிறர் என்ன செய்ய வேண்டும் என்று நீங்கள் விரும்புகிறீர்களோ அவ்வாறே அவர்கள் நடந்து கொள்வார்கள் என்று அமைதியாக அனுமானித்துக் கொள்ளுங்கள். தேவைக்கு அதிகமாக அவர்களை வற்புறுத்தாதீர்கள். தாங்களாகவே அந்த முடிவுக்கு வந்துள்ளதாக அவர்கள் கருதிக் கொள்ள இடம் அளியுங்கள்.

6

வசீகரமான ஆளுமையை வளர்த்தெடுத்தல்

சிலர் வசீகரமான ஆளுமையைக் கொண்டிருப்பர். அதன் பின்னால் உள்ள ரகசியம் என்ன? இயல்பாகவே நண்பர்களையும் வாடிக்கையாளர்களையும் கவர்ந்திழுக்கும் பலரை நாம் எல்லோரும் அறிவோம். மக்களுடைய மூன்று அடிப்படை தாகத்தைத் தீர்ப்பதில் அவர்கள் வல்லமை பெற்றவர்களாக இருப்பர்.

1. **ஏற்றுக் கொள்ளுதல்.** மக்கள் எவ்வாறு இருக்கிறார்களோ அவ்வாறே அவர்களை ஏற்றுக் கொள்வது முக்கியமானது. அவர்கள் கச்சிதமானவர்களாக இருக்க வேண்டும் என்று வலியுறுத்துவதோ அல்லது அவர்களை உங்களுக்குப் பிடிக்க வேண்டும் என்றால் அவர்கள் தங்களை மாற்றிக் கொண்டே ஆக வேண்டும் என்று அடம் பிடிப்பதோ நல்லதல்ல. நன்னடத்தை எனும்

நன்னெறியை நீங்கள் கடைபிடிப்பதால், உங்கள் அங்கீகாரத்தைப் பெறுவதற்கு மற்றவர்களும் நன்னடத்தையைக் கடைபிடிக்க வேண்டும் என்று அவர்களைக் கட்டாயப்படுத்தாதீர்கள். பிறர்மீது குற்றம் கண்டுபிடிப்பதில் குறியாக இருப்பவர்களுடன் தோழமை கொண்டாட எவரும் துடித்துக் கொண்டு இருக்க மாட்டார்கள்.

பிறர் எவ்வாறு இருக்கிறார்களோ அவ்வாறே அவர்களை விரும்பி ஏற்றுக் கொள்பவர்களால் மட்டுமே பிறருடைய நடத்தையில் நல்லவிதமான மாற்றத்தை ஏற்படுத்த முடியும். பிறரைச் சீர்திருத்தும் சக்தி எவருக்கும் கிடையாது. பிறர் எவ்வாறு இருக்கிறார்களோ அவ்வாறே அவர்களை விரும்பி ஏற்றுக் கொள்வதன் மூலம் அவர்கள் தங்களைத் தாங்களே மாற்றிக் கொள்வதற்கு நீங்கள் அவர்களுக்கு அதிகாரம் அளிப்பீர்கள்.

2. **அங்கீகாரம்.** ஏற்றுக் கொள்ளுதலைவிட இது மேலானது. அங்கீகாரத்தோடு ஒப்பிடுகையில் ஏற்றுக் கொள்ளுதல் ஒரு விதத்தில் எதிர்மறையானதுதான். ஏனெனில், ஏற்றுக் கொள்ளுதலைப் பொருத்தவரை, பிறரிடம் இருக்கும் குறைகளைப் பொறுத்துக் கொண்டு நாம் அவர்களை ஏற்றுக் கொண்டு, அவர்களுடன் நட்பாக இருக்கிறோம். ஆனால் அங்கீகாரம் என்பது நேர்மறையானது. மக்களுடைய குறைகளைப் பொறுத்துக் கொள்வதையும் மீறிய ஒன்று அது. இங்கு அவர்களிடம் நாம் விரும்பும் ஒன்றைக் கண்டுபிடிக்கிறோம். பிறரிடம் அங்கீகரிக்கத்தக்க ஏதேனும் ஒன்றை எப்போதும் நம்மால் கண்டுபிடிக்க முடியும். அது சிறிய விஷயமாகவோ அல்லது முக்கியத்துவமற்ற விஷயமாகவோ இருக்கலாம். ஆனால் அதை

நீங்கள் அங்கீகரிக்கிறீர்கள் என்பதை அவர்களுக்குத் தெரியப்படுத்துங்கள். அப்போது அத்தகைய விஷயங்கள் அவர்களிடம் கண்டிப்பாகப் பெருகும். உங்களுடைய அங்கீகாரத்தை அவர்கள் ருசி பார்க்கத் தொடங்கியதும், மற்ற விஷயங்களிலும் உங்கள் அங்கீகாரத்தைப் பெறுவதற்காக அவர்கள் தங்கள் நடத்தையை மாற்றிக் கொள்ளத் தொடங்குவர். பிறரிடம் நல்ல விஷயங்களைத் தேடுங்கள், அவற்றுக்காக அவர்களைப் பாராட்டுங்கள், அவர்கள் பெருமையில் திளைப்பதைக் கண்டுகளியுங்கள்.

3. **பாராட்டு.** பாராட்டு என்றால் மதிப்பை உயர்த்துதல் என்று பொருள். உங்கள் மனைவி, கணவர், குழந்தைகள், முதலாளி, ஊழியர்கள், வாடிக்கையாளர்கள் போன்ற, உங்களைச் சுற்றி இருப்பவர்கள், உங்களுக்கு எவ்வளவு மதிப்பு வாய்ந்தவர்களாக இருக்கின்றனர் என்பதைப் பற்றி நிதானமாக எண்ணிப் பாருங்கள். அதன் முக்கியத்துவத்தைச் சீர்தூக்கிப் பாருங்கள். பிறகு, அவர்களை நீங்கள் எவ்வளவு உயர்வாக மதிக்கிறீர்கள் என்பதை அவர்களுக்குத் தெரிவிப்பதற்கான வழிகளைக் கண்டுபிடியுங்கள். அவர்களிடம் உங்களுடைய பாராட்டுகளைத் தெரிவிப்பதற்கான சில வழிகள் இதோ;

1. உங்களை சந்திக்கவிருக்கும் மக்களைக் காக்க வைக்காதீர்கள்.

2. உங்களை சந்திக்க வந்திருப்பவரை உடனடியாக சந்திக்க முடியாத சூழ்நிலையில் நீங்கள் இருந்தால், அவர்கள் வந்திருப்பதை நீங்கள் அறிந்துள்ளீர்கள் என்பதை

அவர்களுக்குத் தெரியப்படுத்துங்கள். எவ்வளவு விரைவாக முடியுமோ அவ்வளவு விரைவாக அவர்களை நீங்கள் சந்திப்பீர்கள் என்பதை அவர்களுக்குத் தெரியப்படுத்துங்கள்.

3. மக்களுக்கு நன்றி தெரிவியுங்கள்.

4. மக்களைச் 'சிறப்பானவர்களாக' நடத்துங்கள்.

கடைசியில் கூறப்பட்டுள்ள விஷயம் முக்கியத்துவம் வாய்ந்தது என்பதால் நாம் அது குறித்துச் சற்று விரிவாகப் பார்க்கலாம். மற்ற எல்லாவற்றையும்விட, ஒருவர் நம்மை மிகச் சாதாரணமாக நடத்துவது நம்முடைய தற்செருக்கை அதிகமாக பாதிக்கிறது. நம்மிடமுள்ள தனித்துவமான விஷயங்களுக்காக நாம் மதிக்கப்பட வேண்டும் என்ற எதிர்பார்ப்பு நம் ஒவ்வொருவருக்கும் இருக்கிறது. கடைசியாக நாம் மலர்களிடமிருந்து ஒரு படிப்பினையைக் கற்றுக் கொள்ளலாம். மகரந்தச் சேர்க்கை மூலம் தம்மைப் பெருக்குவதற்குத் தேனீக்களின் உதவி தேவை என்பதை மலர்கள் அறிந்துள்ளதால், தேனீக்களைக் கவர்வதற்காக அம்மலர்கள் சில துளிகள் தேனைச் சுரக்கின்றன. அதை அவை மனமுவந்து செய்கின்றன. அதேபோல, வசீகரமான ஆளுமையைக் கொண்டவர்கள், மனிதர்களுக்கு இருக்கின்ற 'அங்கீகாரத் தேவை' எனும் பசியைப் போக்கத் தேவையான உணவை மனமுவந்து கொடுக்கின்றனர்.

ஏற்றுக் கொள்ளுதல், அங்கீகாரம், பாராட்டு என்ற மூன்று அம்சத் திட்டத்தைப் பயன்படுத்தி மக்களை உங்கள் பக்கம் கவர்ந்திழுங்கள்.

7

சிறப்பாகக் கருத்துகளைப் பரிமாறிக் கொள்ளக் கற்றுக் கொள்ளுதல்

வெற்றிகரமான மனிதர்கள் அனைவரும் வார்த்தைகளைத் திறமையாகப் பயன்படுத்துவதில் வல்லவர்களாக விளங்குகின்றனர். ஒருவரது வருவாய்க்கும் வார்த்தைகளைத் திறமையாகப் பயன்படுத்தும் வல்லமைக்கும் ஒரு நேரடித் தொடர்பு உள்ளது. வார்த்தைகளின் சக்தியை அதிகரிப்பதன் மூலம் ஒருவரால் தன்னுடைய வருவாயைப் பெருக்கிக் கொள்ள முடியும்.

மகிழ்ச்சியும் பெருமளவுக்கு நம்முடைய கருத்துகள், ஆசைகள், நம்பிக்கைகள் அல்லது ஏமாற்றங்களை வெளிப்படுத்துவதற்கான நம்முடைய திறமையை நம்பியே இருக்கிறது. தங்களை முறையாக வெளிப்படுத்திக் கொள்ள முடியாமல் தவிக்கும் மக்கள் மகிழ்ச்சியற்று இருக்கின்றனர். அவர்களுடைய கருத்துகளும் உணர்ச்சிகளும்

அவர்களுக்கு உள்ளாகவே அமிழ்ந்து போகின்றன. பிறருடன், குறிப்பாக அந்நியர்களுடன், எப்படி உரையாடலைத் துவக்குவது என்று அறியாமல் இருப்பவர்கள் பல இடர்பாடுகளை எதிர்கொள்கின்றனர். இத்தடையை எவ்வாறு களைவது என்பதை அவர்கள் கற்றுக் கொண்டால், செழுமையான மற்றும் சுவாரசியமான பல யோசனைகளால் அவர்கள் பயனடைவார்கள். நல்ல உரையாடலாளர்களாக இருக்க சிரமப்படுபவர்களைப் பற்றி வில்லியம் ஜேம்ஸ் மிக அற்புதமாக இவ்வாறு எடுத்துரைக்கிறார்: "அற்பமானதொரு விஷயத்தையோ அல்லது உண்மையற்ற ஒரு விஷயத்தையோ தாங்கள் கூறிவிடக்கூடும் என்று அவர்கள் பயப்படுகின்றனர். அல்லது அச்சூழலுக்கு ஏற்ற விதத்தில் தங்களால் பேச முடியாமல் போகக்கூடும் என்று அவர்கள் அஞ்சுகின்றனர்."

கச்சிதமாக இருக்க முனையாதீர்கள். எவரொருவராலும் எல்லா நேரங்களிலும் தொடர்ந்து பிறரை பிரமிக்க வைத்துக் கொண்டே இருக்க முடியாது.

உரையாடல்களைத் துவக்க உதவும் இங்கிதப் பேச்சுகள் பிரமாதமாக இருக்க வேண்டிய அவசியமில்லை. ஒரு விதத்தில் பார்த்தால் எல்லோருமே சாதாரணமானவர்கள்தாம். எல்லோருமே ஒரு கட்டத்தில் உரையாடலைத் துவக்க உதவும் இங்கிதப் பேச்சுகளில் ஈடுபடத்தான் செய்கின்றனர். அவை முக்கியத்துவம் வாய்ந்தவையாகவோ அல்லது புத்திசாலித்தனமானவையாகவோ அமைவதில்லை. அப்படிப்பட்டப் பேச்சுகள் உரையாடலைத் துவக்கி வைக்கின்றன, அவ்வளவுதான். இதை உணர்ந்து கொண்டால், உரையாடலைத் துவக்க

உதவும் உங்கள் பேச்சு குறிப்பிடத்தக்கதாக இல்லை என்று பயப்படாமல் அந்நியர்களுடன்கூட உங்களால் சுலபமாக உரையாட முடியும். இதில் வேடிக்கை என்னவென்றால், நீங்கள் அதற்காக மெனக்கடாமல் இருப்பதால், உங்கள் உரையாடல் தானாகவே சுவாரசியமாக ஆகிவிடுவதை நீங்கள் காண்பீர்கள்.

உரையாடல் படிப்படியாகத்தான் சூடு பிடிக்கும். அதனால், எடுத்த எடுப்பிலேயே உரையாடல் சுவாரசியமாக அமையவில்லையே என்று கவலைப்படாதீர்கள். உரையாடல்களைத் துவக்க உதவும் சிறு பேச்சுகள் உங்களுக்கு உதவுவதோடு, உங்களோடு உரையாடலில் ஈடுபட்டிருப்பவர் தன்னைத் தயார்படுத்திக் கொள்வதற்கும் உதவும்.

பிறர் தங்களைப் பற்றிப் பேசும் விதத்தில் உரையாடலை நகர்த்துங்கள். அடுத்த முறை யாராவது உங்களை வேறு ஒருவருக்கு அறிமுகப்படுத்தி வைக்கும்போது, அவரிடம் என்ன பேசுவது என்று உங்களுக்குக் குழப்பமாக இருந்தால், இது போன்ற கேள்விகளை முயன்று பாருங்கள்: "உங்களுடைய சொந்த ஊர் எது?"; "இன்று மழை வருமா?"; "உங்களுக்குக் திருமணம் ஆகிவிட்டதா?"; நீங்கள் என்ன தொழில் புரிகிறீர்கள்?" நீங்கள் இக்கேள்விகளைக் கேட்டால், நீங்கள் பேசிக் கொண்டிருக்கும் நபர் தன்னைப் பற்றிப் பேசத் தொடங்குவார், உரையாடலும் சுமூகமாகத் தொடங்கும். நீங்கள் அவர்மீது அக்கறை கொண்டுள்ளீர்கள் என்பதை அந்தக் கேள்விகள் எடுத்துரைக்கும். உங்கள் இருவருக்கும் பொதுவானதொரு விஷயத்தை நீங்கள் தேடிக் கொண்டிருக்க வேண்டிய அவசியமில்லை. மாறாக, தான் நிபுணத்துவம்

பெற்றிருக்கும் ஒரு விஷயத்தைப் பற்றி அவர் பேச நீங்கள் அவருக்கு எடுத்துக் கொடுத்தால் போதும். அது என்ன விஷயம் தெரியுமா? தங்களைப் பற்றிப் பேசுவதுதான் அது.

உரையாடல் கலையில் வல்லமை பெறுவது என்பது, புத்திசாலித்தனமான விஷயங்களைப் பற்றி எப்படிப் பேசுவது என்றோ அல்லது உங்களுக்கு ஏற்பட்ட அபூர்வமான அனுபவங்களைப் பற்றி எப்படி எடுத்துரைப்பது என்றோ நீங்கள் உங்கள் தலையைப் பிய்த்துக் கொள்வதில் இல்லை. மாறாக, உரையாடலைத் துவக்குவதற்குத் தடையாக இருக்கும் தயக்கத்தை உடைத்தெறிந்து மற்றவரை மனந்திறந்து பேச வைப்பதில்தான் இருக்கிறது. பிறரைப் பேச வைப்பதில் நீங்கள் வெற்றி கண்டுவிட்டால், உரையாடல் கலையில் நீங்கள் வல்லவர் என்ற பெயர் உங்களுக்கு வந்துவிடும். உரையாடல்களின்போது நீங்கள் பிறரைப் பேச வைத்துவிட்டால், உங்கள் கருத்துகளை அவர் ஏற்றுக் கொள்ளும்படி செய்வது சுலபமாகிவிடும்.

பிறருக்கு சுவாரசியமாக உள்ள விஷயங்களைப் பற்றிப் பேசுங்கள். "ஏன்? எப்படி? எங்கே?" போன்ற கேள்விகளைக் கேட்டு, அவர்களுக்கு சுவாரசியம் ஏற்படுத்துகின்ற விஷயங்களை நோக்கி உங்கள் உரையாடலைத் திருப்புங்கள்.

நீங்கள் பேசிக் கொண்டிருக்கும் நபர், "என் சொந்த ஊருக்கு அருகில் எனக்கு 25 ஏக்கரில் ஓரிடம் இருக்கிறது," என்று கூறினால், உடனடியாக, "நான் கடந்த வருடம்தான் இந்த ஊரில் 500 ஏக்கர் வாங்கிப் போட்டேன்," என்று கூறத் துடிக்காதீர்கள். அதற்கு பதிலாக, "அப்படியா, உங்கள் சொந்த ஊர்

எங்கே இருக்கிறது? எவ்வளவு நாட்களுக்கு முன்பு அந்த இடத்தை வாங்கினீர்கள்?" என்று கேளுங்கள். இது போன்ற கேள்விகளை நீங்கள் கேட்டால், தன் வாழ்க்கையில் தான் சந்தித்தவர்களிலேயே நீங்கள்தான் மிக சுவாரசியமான உரையாடலாளர் என்று அவர் உங்களைப் பற்றி நினைப்பார்.

உரையாடல்களின்போது நீங்கள் கண்டிப்பாகத் தவிர்க்க வேண்டிய ஒரு விஷயம் உள்ளது. அடிப்படையில் மனிதர்கள் சுயநலவாதிகள். அவர்கள் எப்போதும் தங்களைப் பற்றி மட்டுமே அக்கறை கொண்டுள்ளனர். அவர்களிடம் நீங்கள் அக்கறை கொண்டுள்ளீர்கள் என்பதை நீங்கள் வெளிப்படுத்தினால், பின்னர் அவர்கள் உங்களிடம் அக்கறை கொள்வர்.

ஒரு முறை ஒரு நாடக ஆசிரியர் சுமார் இரண்டு மணிநேரம் தன்னைப் பற்றியும் தன் படைப்புகளைப் பற்றியும் பேசி முடித்துவிட்டு, தன்னுடன் இருந்தவரிடம், "என்னைப் பற்றி இவ்வளவு போதும். இனி நாம் உங்களைப் பற்றிப் பேசலாம். என் நாடகங்களைப் பற்றி நீங்கள் என்ன நினைக்கிறீர்கள்?" என்று கேட்டாராம். நீங்கள் அதுபோல ஒருபோதும் இருக்காதீர்கள்.

நீங்களும் மனிதர்தானே. உங்களைப் பற்றிப் பேச உங்களுக்கு உந்துதல் இருப்பது இயல்பானதுதான். பெருமையில் மிதக்க நீங்கள் துடிப்பதிலும் தவறு ஏதும் கிடையாது. நீங்கள் பிறரைக் கவர விரும்புவீர்கள், ஆனால் உரையாடலை உங்கள் பக்கம் திருப்பாமல் பிறர்மீது திருப்பினால், அவர்கள் உங்கள்மீது பெரும் மதிப்புக் கொள்வர், உங்களைப் பற்றி உயர்ந்த அபிப்பிராயம் கொள்வர்.

"இச்சூழ்நிலையிலிருந்து நான் எதைப் பெற விரும்புகிறேன்?" என்று உங்களுக்கு நீங்களே கேட்டுக் கொள்ளுங்கள். நீங்கள் உங்கள் அகங்காரத்திற்குத் தீனி போட்டுக் கொள்ள விரும்புகிறீர்களா, அல்லது நீங்கள் பேசிக் கொண்டிருக்கும் நபருடனான வர்த்தக உறவு, உங்கள்பால் அவர் கொண்டிருக்கும் நல்லெண்ணம், மற்றும் அவரது அங்கீகாரத்தை நீங்கள் விரும்புகிறீர்களா? உங்கள் அகங்காரத்தைக் கொலுவில் ஏற்றி உட்கார வைப்பது உங்கள் நோக்கமாக இருந்தால், தாராளமாக உங்களைப் பற்றி மட்டுமே பேசிக் கொண்டிருங்கள். ஆனால் அந்த உரையாடலிலிருந்து எதையும் பெற ஆசைப்படாதீர்கள்.

மேடைப் பேச்சாளர்கள் தங்களைப் பற்றிப் பேசுகின்றனர். ஆனால் அவர்கள் உரையாற்றுவதற்காகவே அழைக்கப்பட்டவர்கள். அதேபோல, கேட்க வந்தவர்களும் தாங்களாகவே அங்கு வந்தவர்கள். நீங்கள் வலுக்கட்டாயமாக அவர்களை அங்கே வரவழைக்கவில்லை. நீங்களாக ஓர் அரங்கை வாடகைக்கு எடுத்து, உங்கள் பேச்சுக் குறித்து முன்பாகவே விளம்பரம் செய்திருந்தால் ஒழிய, உங்கள் பேச்சைக் கேட்டுக் கொண்டிருப்பவர்கள், தாங்கள் உங்களால் வசியப்படுத்தப்பட்டுக் கொண்டிருக்கிறோம் என்பதை உணர மாட்டார்கள்.

உங்களைப் பற்றிப் பேசுமாறு உங்களிடம் கேட்டுக் கொள்ளப்படும்போது மட்டுமே உங்களைப் பற்றிப் பேசுங்கள். உங்களைப் பற்றிப் பிறர் தெரிந்து கொள்ள விரும்பினால், அவர்கள் உங்களிடம் கேட்பார்கள். அப்போது உங்களைக் குறித்துச் சிறிதளவு பேசுங்கள். ஆனால் அதை அளவுக்கு

அதிகமாகச் செய்துவிடாதீர்கள். அவர்கள் கேட்டக் கேள்விகளுக்கு பதிலளித்துவிட்டு, உங்கள் கவனத்தை உங்களோடு பேசிக் கொண்டிருப்பவர் பக்கம் மீண்டும் திருப்புங்கள். தேவையான இடங்களில், 'நானும்தான்' என்ற உத்தியைப் பயன்படுத்துங்கள். நீங்கள் ஒருவருடன் ஓர் உரையாடலில் ஈடுபட்டிருக்கும்போது, அவர் பேசிக் கொண்டிருக்கும் விஷயத்தோடு நெருங்கிய தொடர்புடைய ஒரு விஷயமோ அல்லது உங்கள் உறவைப் பிணைக்க உதவும் ஒரு விஷயமோ உங்கள் நினைவுக்கு வந்தால், அப்போது நீங்கள் உங்களைப் பற்றிப் பேசலாம். ஒருவர் உங்களிடம், "நான் கிராமத்தில் வளர்ந்தவன்," என்று கூறினால், நீங்கள் அவரிடம், "நானும் கிராமத்தில் வளர்ந்தவன்தான்," என்று கூறிவிட்டு, அது குறித்த உங்களது அனுபவங்களைப் பற்றிச் சிறிது பேசினால், அவர் தன்னைக் குறித்து முக்கியமாக உணர்வார். உங்கள் இருவருக்குமான உறவை வலுப்படுத்தும் நோக்கத்தோடுதான் நீங்கள் உங்களைப் பற்றி கூறத் தொடங்குகிறீர்கள் என்பதைப் பார்க்கும்போது அவர் அது குறித்துப் பெருமையாக உணர்வார். அவ்வாறு நீங்கள் செய்யும்போது உண்மையீல் நீங்கள் அவரிடம், "நான் உங்களோடு உடன்படுகிறேன். அது எனக்கும் பிடித்திருக்கிறது. நானும் அதை நம்புகிறேன்," என்று கூறுகிறீர்கள். உங்களைப் பற்றிய அல்லது உங்களது கடந்தகாலத்தைப் பற்றிய ஏதோ ஒன்று உங்களோடு பேசிக் கொண்டிருப்பவரோடோ அல்லது அவரது அனுபவத்தோடோ ஒத்து இருக்கும் பட்சத்தில், அவர் உங்களை அதிகமாக விரும்ப அது வழிவகுக்கும். பொதுவாக, நம்முடன் ஒத்துப் போகின்றவர்களை மட்டுமே நமக்குப்

பிடிக்கும், ஒத்துப் போகாதவர்களை நமக்குப் பிடிப்பதில்லை. ஏனெனில், நம்மோடு ஒத்துப் போகாதவர்களை நாம் நம்முடைய சுயமதிப்பிற்குக் குழி தோண்டுபவர்களாகக் கருதுகிறோம். நாம் ஒருவரோடு ஒத்துப் போகும்போது, அவர் தன்னை விரும்ப நீங்கள் உதவுகிறீர்கள்.

நீங்கள் ஓர் உரையாடலில் ஈடுபட்டிருக்கும்போது, நீங்கள் பேசிக் கொண்டிருப்பவரோடு ஒத்துப் போகாமல் இருப்பதற்கு நிறைய விஷயங்கள் இருந்தாலும், ஒத்துப் போவதற்கு இடமளிக்கும் விஷயங்களைத் தேடிப் பிடியுங்கள். நீங்கள் இருவரும் உடன்படும் விஷயத்தை, அது எவ்வளவு சிறியதாக இருந்தாலும்கூட, தேடிக் கண்டுபிடித்து, அது குறித்துப் பேசிவிட்டால், நீங்கள் உடன்படாத விஷயங்கள் குறித்துப் பின்னர் பேசுவது எளிதாகவிடும்.

உரையாடல்கள் மகிழ்ச்சிகரமாக இருக்கட்டும். எப்போதும் எதிர்மறையாகப் பேசிக் கொண்டும், தன்னுடைய சொந்தப் பிரச்சனைகளைப் பற்றிப் புலம்பிக் கொண்டும் இருப்பவர்களோடு உரையாட மக்கள் விரும்புவதில்லை. உங்களுக்கு சொந்தப் பிரச்சனைகள் இருந்தால், அவற்றை ஒரு நண்பரிடமோ அல்லது தொழில்முறைரீதியான உளவியல் நிபுணருடனோ பகிர்ந்து கொள்ளுங்கள். மற்றவர்களுடனான உரையாடல்களில் அவற்றை வெளிப்படுத்தாதீர்கள். உங்களோடு அதிகமாகப் பழகியிருக்காதவர்களிடம் உங்களுடைய வேதனைகளைப் பகிர்ந்து கொள்ளுவதன் மூலம் உங்களால் ஒரு கதாநாயகனாக ஆக முடியாது. மாறாக, சுவாரசியமற்ற ஒரு மனிதராக மட்டுமே உருவாக முடியும்.

உடனே உட்கார்ந்து உங்களுக்கு நீங்களே ஒரு கடிதம் எழுதுங்கள். உங்கள் மனத்தை அழுத்திக் கொண்டிருக்கும் பாரத்தைக் கீழே இறக்கி வைக்க நீங்கள் விரும்பினால், ஓரிடத்தில் அமர்ந்து உங்களுக்கு நீங்களே ஒரு கடிதம் எழுதுங்கள். உங்கள் மனத்தில் உள்ள அனைத்தையும் அதில் கொட்டுங்கள். எதையும் விட்டு வைக்காதீர்கள். வாழ்க்கை எவ்வளவு பாரபட்சமாக உள்ளது என்பது குறித்தும், உங்களுக்கு எந்த மாதிரியான துரோகம் இழைக்கப்பட்டது என்பது பற்றியும் அதில் விலாவாரியாக விளக்குங்கள். எழுதி முடித்தப் பிறகு அதைத் தீயிட்டுக் கொளுத்திவிடுங்கள். உங்களுக்குத் தேவையான வடிகாலை அளித்ததோடு அதன் வேலை முடிந்துவிட்டது. இப்போது நீங்கள் ஆசுவாசமாக உணர வேண்டும். இதன் மூலம் உங்களுடைய உணர்ச்சிகளுக்கு ஒரு வடிகால் கிட்டிவிட்டதால், உங்கள் பிரச்சனைகள் குறித்து அடுத்தவர்களிடம் புலம்ப வேண்டும் என்ற உந்துதல் உங்களுக்கு ஏற்படாது. சில நேரங்களில் இதை நீங்கள் மூன்று முறை மீண்டும் மீண்டும் செய்ய வேண்டியிருக்கலாம். அதன் பிறகு நீங்கள் அதைப் பற்றி சிந்திக்கக்கூட விரும்ப மாட்டீர்கள். எனவே, அதைப் பற்றிப் பிறருடன் நீங்கள் பேசவும் மாட்டீர்கள்.

பிறரைக் கேலி செய்ய ஏற்படும் ஆவலைக் கட்டுப்படுத்திக் கொள்ளுங்கள். நாம் பிறரைக் கிண்டல் செய்யும்போது அவர்கள் அதை ரசிக்கிறார்கள் என்று நம்மில் பலரும் தவறாக நினைத்துக் கொள்வதால் நாம் அதில் ஈடுபடுகிறோம். கணவன்மார்கள் தங்கள் மனைவியரையும், மனைவிமார்கள் தங்கள் கணவன்மார்களையும் பொது இடங்களில்

வைத்து இவ்வாறு சீண்டுகின்றனர். அது தங்களுடைய அன்பின் அழகான வெளிப்பாடு என்று அவர்கள் நினைத்துக் கொள்கின்றனர். நாம் பிறரைக் கேலி செய்யும்போது, அவர்கள் நம்முடைய புத்திசாலித்தனத்தை மெச்சுவர் என்றும் அதில் இழையோடும் நகைச்சுவையை ரசிப்பர் என்றும் நாமாகவே கற்பனை செய்து கொள்கிறோம். அதோடு, அவர்கள் அதைத் தனிப்பட்ட முறையிலான தாக்குதலாகக் கருத மாட்டார்கள் என்று நமக்கு நாமே சமாதானமும் கூறிக் கொள்கிறோம்.

கிண்டல் மற்றும் கேலிப் பேச்சுகள் பிறருடைய சுயமதிப்பைக் காயப்படுத்துகின்றன. சுயமதிப்பைக் காயப்படுத்தும் எதுவும் வில்லங்கமானதே. வேடிக்கைக்காகக் கூறப்பட்டாலும் அது ஆபத்தானதே. நீங்கள் உரையாடிக் கொண்டிருக்கும் நபருடன் உங்களுக்கு வெகுகாலம் பழக்கமிருந்து, அவர் உங்களை விரும்புபவராக இருக்கும் பட்சத்தில் நீங்கள் அதிலிருந்து தப்பித்துவிடக்கூடும். ஆனாலும் அளவோடு வைத்துக் கொண்டால்தான் அதுவும் சாத்தியம். இதனால் ஏற்படும் பின்விளைவுகளை கவனத்தில் எடுத்துக் கொண்டால், இதில் ஈடுபடாமல் இருப்பதே பாதுகாப்பானது.

உங்களுடைய கருத்துப் பரிமாற்றத் திறமையை மேம்படுத்திக் கொள்ள இன்றே இம்முறைகளைப் பயன்படுத்தத் தொடங்குங்கள். அது ஒரு பழக்கமாக உங்களோடு ஒட்டிக் கொள்ளும்வரை அதை விடாப்பிடியாகப் பிடித்து வைத்துக் கொள்ளுங்கள்.

8

கவனமாகக் காதுகொடுத்துக் கேட்டல்

"மக்களிடம் செல்வாக்குடன் விளங்குவதற்கும், அவர்களது தோழமையை என்றென்றைக்கும் தக்கவைத்துக் கொள்வதற்கும் உலகிலேயே சிறந்த வழி, அவர்கள் கூறுவதைப் புரிந்துணர்வுடனும் அனுதாபத்துடனும் காதுகொடுத்துக் கேட்பதுதான்," என்று ஆலிவர் வென்டல் ஹோம்ஸ் கூறியுள்ளார்.

சில சமயங்களில், நீங்கள் யாரையாவது சந்தித்துப் பேசிவிட்டு வரும்போது அச்சந்திப்பு நீங்கள் விரும்பியபடி போகவில்லை என்று நீங்கள் உணரக்கூடும். "நான் கூறியவற்றிற்கு அவர் இன்னும் அதிகமாக ஒத்துப் போகும் விதத்தில் நான் எதைக் கூறியிருந்திருக்கலாம்?" என்று உங்களை நீங்களே கேட்டுக் கொள்ளலாம். அதற்கான பதில் "எதுவுமில்லை" என்றால்,

அது உங்களுக்கு ஆச்சரியத்தை ஏற்படுத்தலாம். உங்களது உரையாடல் சரியாகப் போகாததற்கு நீங்கள் கூறியவையோ அல்லது நீங்கள் கூறாமல் விட்டவையோ காரணமாக இருந்திருக்காது. அவர் கூறியதை நீங்கள் சரியாகக் காதுகொடுத்துக் கேட்கத் தவறியதுதான் அதற்குக் காரணமாக இருந்திருக்கும்.

காதுகொடுத்துக் கேட்பது உங்களை புத்திசாலியாக்கும். பிறர் நம்மை புத்திசாலிகளாகவும் அறிவாளிகளாகவும் கருத வேண்டும் என்று நம்மில் பெரும்பாலானோர் விரும்புகிறோம். பிறர் கூற வருவதை நன்றாகக் காதுகொடுத்துக் கேட்பதுதான் அதற்கான உறுதியான வழி. அவர்கள் கூற வருவதைக் காதுகொடுத்துக் கேட்பதற்கு நீங்கள் அளிக்கும் முக்கியத்துவம், நீங்கள் ஓர் அறிவாளி என்று அவர்களை நம்ப வைக்கும். உங்கள் நண்பர்கள் மற்றும் உங்களுக்குத் தெரிந்தவர்களைப் பற்றி நினைத்துப் பாருங்கள். அவர்களில் யார் அறிவாளியாகவும் புத்திசாலியாகவும் கருதப்படுகிறார்கள்? கேள்வி முடிக்கப்படும் முன்பாக அதற்கான பதிலை அள்ளி வீசுபவர்களா? அல்லது, அடுத்தவர்கள் பேசிக் கொண்டிருக்கும்போதே குறுக்கிட்டுத் தங்கள் கருத்துகளைக் கூறுபவர்களா? அல்லது பிறர் பேசுவதை அதிகமாகக் காதுகொடுத்துக் கேட்பவர்களா?

நீங்கள் கவனமாகக் காதுகொடுத்துக் கேட்டால், தங்களுக்கு என்ன வேண்டும் என்பதை மக்கள் வெளிப்படுத்துவார்கள். இருட்டில் உங்களால் சரியாகக் குறிபார்த்து ஒன்றைத் தாக்க முடியாது. கார் உற்பத்தியாளர்கள் தங்களது கார்களை வடிவமைப்பதற்கு முன்பு மக்களின் நாடி பிடித்துப் பார்ப்பர். உங்களை

நோக்கி எறியப்படும் பந்தை நீங்கள் கவனமாகக் கையாள வேண்டும். அதை நீங்கள் தொடர்ந்து செய்து கொண்டே இருக்க வேண்டும். நல்ல கருத்துப் பரிமாற்றம் என்பது கொடுக்கல் மற்றும் வாங்கல், நடவடிக்கை மற்றும் எதிர் நடவடிக்கை ஆகியவற்றை உள்ளடக்கிய இருவழிப் பாதையாகும். மற்றவர்கள் எதை விரும்புகிறார்கள் என்பதையோ அல்லது ஒரு சூழலைப் பற்றி அவர்கள் எவ்வாறு உணர்கிறார்கள் என்பதையோ அல்லது அவர்களுடைய குறிப்பிட்டத் தேவைகள் எவை என்பதையோ நீங்கள் அறிந்திராமல் இருந்தால், நீங்கள் அவர்களுடன் நெருங்கிய தொடர்பில் இல்லை என்று அதற்குப் பொருள். அவர்களோடு நெருங்கிய தொடர்பே இல்லாதபோது உங்களால் எப்படி அவர்களை உங்கள் பக்கமாக இழுக்க முடியும்?

அளவுக்கதிகமாகப் பேசுவது தேவைக்கு அதிகமாக உங்களைக் காட்டிக் கொடுத்துவிடும். சில சூழ்நிலைகளில் மக்களைக் கையாளும்போது நம்மை ஒட்டுமொத்தமாக வெளிக்காட்டிக் கொள்ளாமல் இருப்பது நல்லது. மற்றவர்களுடைய நிலைப்பாடு என்ன என்பதை முதலில் அறிந்து கொள்வதுதான் அங்கு முக்கியம். மற்றவர்களுக்கு என்ன தெரியும் என்பதையும் அவர்கள் எதற்கு ஒத்துக் கொள்வார்கள் என்பதையும் முதலில் நீங்கள் தெரிந்து கொள்ள வேண்டும். அவர்கள் பேசுவதைக் காதுகொடுத்துக் கேட்பதன் வாயிலாக அதை நீங்கள் தெரிந்து கொள்ளலாம். அதே சமயம், நீங்கள் அளவுக்கதிகமாகப் பேசினால், உங்களைப் பற்றி நீங்கள் தேவைக்கு அதிகமாக வெளிப்படுத்திக் கொள்வீர்கள்.

வெற்றியாளர்கள் பிறரைப் பேசுமாறு ஊக்குவிப்பர், தங்கள் வாயை மூடிக் கொள்வர். போதுமான அளவு நீங்கள் பிறரைப் பேச வைத்துவிட்டால், அவர்களால் தங்களுடைய நோக்கத்தையோ அல்லது உணர்ச்சிகளையோ மறைக்க முடியாமல் போய்விடும். அவர்கள் கண்டிப்பாக அவற்றை மறைக்க முயல்வார்கள் என்றாலும் அவர்களால் அதை வெற்றிகரமாகச் செய்ய முடியாது.

உங்கள் மனத்தில் என்ன ஓடிக் கொண்டிருக்கிறது என்பதைப் பிறர் அறிந்து கொள்ளக்கூடாது என்று நீங்கள் நினைத்தால், நீங்கள் உங்கள் வாயை மூடிக் கொண்டு, காதைத் திறந்து வைத்துக் கொள்ள வேண்டும். நீங்கள் நீண்ட நேரம் பேசினால், உங்கள் மனத்தில் உள்ளவற்றை மற்றவர்கள் எளிதாகக் கண்டுபிடித்துவிடுவர்.

காதுகொடுத்துக் கேட்கும்போது மிகையான தன்னுணர்வு குறையும். பிறருடைய குரலின் தொனி, குரலின் ஏற்ற இறக்கம் போன்றவற்றில் உங்கள் கவனத்தைச் செலுத்தி அவர்கள் கூறுவதை நீங்கள் காதுகொடுத்துக் கேட்கும்போது, நீங்கள் உங்கள்மீது கவனத்தைக் குவிக்க மாட்டீர்கள். பிறர் என்ன கூறுகிறார்கள், அவர்களுக்கு என்ன வேண்டும் என்பது குறித்து நீங்கள் கவனம் செலுத்திக் கொண்டிருக்கும்போது, உங்களைப் பற்றிய தன்னுணர்வு உங்களுக்குக் குறைவாக இருக்கும். உரையாடல்களின்போது நீங்கள் உங்களுடைய உணர்வுகளைப் பற்றி அதிகம் நினைத்துக் கொண்டிருந்தால், அங்கு உங்கள் உரையாடல் தடைபடும். அப்போது உங்களால் பிறரைத் திறமையுடன் கையாள முடியாது. உங்களைப் பற்றி உயர்வாக நினைத்துக்

கொள்வதில் தவறேதும் கிடையாது. ஆனால் முழு கவனத்தையும் உங்கள்மீதே செலுத்திக் கொண்டிருந்தால், அது உங்களுக்குப் பெரிதாகப் பலனளிக்காது.

தேவைக்கு அதிகமாக மெனக்கெடாதீர்கள். பெரும்பாலான உரையாடல்கள் சுவாரசியமற்று இருப்பதற்குக் காரணம், உரையாடல்களின்போது மக்கள் ஆசுவாசமாக இல்லாமல் இருப்பதுதான் என்று வில்லியம் ஜேம்ஸ் கூறியுள்ளார். ஆசுவாசமற்று இருக்கும்போது தேவையில்லாதவற்றைக் கூறுவதற்கான வாய்ப்பு அதிகம் இருக்கிறது.

மக்களைத் திறமையாகக் கையாளுவதற்கு, அவர்களுக்கு எது வேண்டும், அவர்கள் என்ன விரும்புகிறார்கள் என்பதைப் பற்றி நீங்கள் அறிந்து வைத்திருக்க வேண்டும். பிறருடன் உரையாடலில் ஈடுபடும்போது, அவர்கள் கூறுவதை நீங்கள் கவனமாகவும் கனிவாகவும் பொறுமையாகவும் காதுகொடுத்துக் கேட்க வேண்டும். நீங்கள் ஒருவருக்கு வழங்கும் பாராட்டுகளில் சிறந்தது அவர்கள் கூறுவதைக் காதுகொடுத்துக் கேட்பதுதான். மதிப்பான விஷயங்களைத் தங்களால் கூற முடியும் என்று ஒவ்வொருவருமே நினைப்பதால், காதுகொடுத்துக் கேட்பதன் மூலம் நீங்கள் அவர்களுடைய சுயமதிப்பை உயர்த்துகிறீர்கள். ஒருவர் என்ன கூற வருகிறார் என்பதைக் கேட்க எந்தவிதமான முயற்சியும் செய்யாமல் அவர்களை அலட்சியம் செய்வதைப்போல ஒருவருடைய சுயமதிப்பிற்குக் காயம் ஏற்படுத்தும் செயல் வேறு எதுவும் இருக்க முடியாது. மக்கள் தங்கள்மீது கவனம் குவிக்கப்படுவதை வெகுவாக விரும்புகிறார்கள்.

காதுகொடுத்துக் கேட்கும் கலையைக் கீழ்க்கண்ட வழிகளில் நடைமுறைப்படுத்தலாம்:

1. **ஒருவர் உங்களுடன் பேசிக் கொண்டிருக்கும்போது அவரைப் பாருங்கள்.** ஒருவர் பேசுவதைக் கேட்பதை மதிப்பு வாய்ந்ததாக நீங்கள் கருதும் பட்சத்தில், உரையாடும்போது அவரை நேராகப் பார்ப்பதுதான் முறையான செயலாக இருக்கும். அதோடு, அவர்கள் என்ன கூறிக் கொண்டிருக்கிறார்கள் என்பதில் கவனத்தைக் குவிக்கவும் அது உதவும்.

2. **அவர் கூறுவதில் ஆழ்ந்த ஈடுபாடு காட்டுங்கள்.** அவர் கூறுவதை நீங்கள் ஏற்றுக் கொண்டால் உங்கள் தலையை அசைத்து அதைத் தெரிவியுங்கள். அவர் ஒரு கதையைக் கூறிக் கொண்டிருந்தால் புன்னகை புரியுங்கள். தேவைக்கு ஏற்றபடி எதிர்வினை புரியுங்கள்.

3. **அவரை நோக்கி லேசாகச் சாயுங்கள்.** ஒருவர் சுவாரசியமான பேச்சாளராக இருந்தால் அவரை நோக்கி நீங்கள் சாய்வதையும், அவர் சுவாரசியமற்றப் பேச்சாளராக இருந்தால் அவருக்கு எதிர்ப்புறமாகச் சாய்வதையும் நீங்கள் கவனித்திருக்கிறீர்களா?

4. **கேள்விகளைக் கேளுங்கள்.** நீங்கள் தொடர்ந்து கவனித்துக் கொண்டிருக்கிறீர்கள் என்பதை அது உணர்த்தும்.

5. **குறுக்கிடாதீர்கள்.** மாறாக, அதிகமாகப் பேசத் தூண்டுங்கள். ஒருவர் பேசிக் கொண்டிருக்கும்போது குறுக்கிடாமல்

அவர் முடிக்கும்வரை காத்திருப்பது அவரைப் பெருமைப்படுத்துகிறது. "நீங்கள் கடைசியாகக் கூறியதை மேலும் விரிவாகக் கூற இயலுமா?" என்று நீங்கள் கேட்பது அவரை இன்னும் அதிகமாகக் குஷிப்படுத்தும்.

6. **பேசப்பட்டுக் கொண்டிருக்கும் விஷயத்திலிருந்து விலகாதீர்கள்.** நீங்கள் பேச விரும்பும் வேறொரு விஷயம் குறித்து நீங்கள் எவ்வளவுதான் ஆர்வமாக இருந்தாலும், உங்களுடன் பேசிக் கொண்டிருப்பவர் கூறும் விஷயத்திலிருந்து எக்காரணத்தைக் கொண்டும் விலகாதீர்கள்.

7. **உங்களுடன் பேசிக் கொண்டிருப்பவரின் வார்த்தைகளைக் கொண்டே உங்கள் கருத்தை வலியுறுத்துங்கள்.** உங்களுடன் பேசிக் கொண்டிருப்பவர் கூறிய விஷயங்களில் சிலவற்றை அவரிடமே திருப்பிக் கூறுங்கள். நீங்கள் அவர் கூறியதை கவனமாகக் காதுகொடுத்துக் கேட்டுள்ளீர்கள் என்பதை அது நிரூபிப்பதோடு, அவரிடமிருந்து எந்த எதிர்ப்பும் இல்லாமல் உங்கள் கருத்தை அவரிடம் வலியுறுத்தவும் உதவும். "நீங்கள் குறிப்பிட்டதுபோல . . ." என்று துவக்கப் பழகிக் கொள்ளுங்கள்.

9

நீங்கள் கூறுவதைப் பிறரை
ஏற்றுக் கொள்ள வைத்தல்

நம் கருத்தைப் பிறர் ஏற்றுக் கொள்ளும்படி
செய்ய வேண்டிய சூழல்கள் தினமும் எழும். நம்
வாழ்க்கைத் துணைவர், குழந்தைகள், முதலாளி,
ஊழியர்கள், வாடிக்கையாளர்கள், அண்டை
அயலார், நண்பர்கள், எதிரிகள் போன்றோருடன்
நமக்குக் கருத்து முரண்பாடுகள் உதிக்கும்.
அவர்களுடன் விவாதிக்க வேண்டும் என்ற
துடிப்பு எழுவது பொதுவான மனித இயல்புதான்.
அதற்கு மாறாக, தொடர்ந்து வலியுறுத்தி அவர்களை நம்
கருத்துக்கு இணங்க வைக்க வேண்டும்.

நம்முடைய கருத்தை யாராவது எதிர்த்தால்,
அதை நாம் நம்முடைய சுயமதிப்பிற்கு எதிரான
அச்சுறுத்தலாகப் பார்க்கிறோம். அதனால் நாம்
உணர்ச்சிவசப்பட்டுப் பகையுணர்வுடன் அதை
அணுகி, நம்முடைய கருத்தை அடுத்தவர்மீது

70

வலிந்து திணிக்கப் பார்க்கிறோம். நாம் முன்வைக்கும் வாதத்திலுள்ள நியாயத்தை மிகைப்படுத்தி, எதிராளியின் கருத்துகளை நகைப்பிற்கு இடமாக்குகிறோம். ஆனால் இந்த வழிமுறை ஒருநாளும் வெற்றியைத் தேடித் தராது.

பிறர் தங்களது மனநிலையை மாற்றிக் கொள்ளும்படி செய்தலே விவாதத்தில் வெற்றி பெறுவதற்கான ஒரே வழி. உங்கள் வழியைச் சரியான கோணத்தில் பார்க்க எதிராளியைத் தூண்டுவதற்குப் பல உத்திகள் இருக்கின்றன.

குறைவான அழுத்தத்தைப் பிரயோகிப்பதில்தான் வெற்றிக்கான ரகசியம் அடங்கியிருக்கிறது. மக்களைக் கையாளுவதில் நீங்கள் கைதேர்ந்தவராக ஆக வேண்டும் என்றால் மனித இயல்பின் போக்குப்படி நீங்கள் நடந்து கொள்ள வேண்டுமே அன்றி, அதற்கு எதிராகச் செல்லக்கூடாது. ஒருவருடைய கருத்து முட்டாள்தனமானது என்று அவரிடம் கூறினால் அது அப்படி இல்லை என்பதை நிரூபித்துக் காட்ட அவர் தலைகீழாக நிற்பார். அவர்களுடைய நிலையை நீங்கள் எள்ளி நகையாடினால், எப்பாடு பட்டாவது தங்களைக் காத்துக் கொள்ள அவர்கள் முனைவர். நீங்கள் அச்சுறுத்தல்களைப் பயன்படுத்தினால், உங்கள் கருத்துகள் எவ்வளவு சிறந்தவையாக இருந்தாலும் அவர்கள் அவற்றுக்குச் செவி சாய்க்க மாட்டார்கள்.

மனிதர்களின் மிக வலுவான உள்ளுணர்வு என்பது உயிர் பிழைத்திருத்தலாகும். அது ஒருவரின் தன்முனைப்பை உள்ளடக்கிய ஒன்று. நம்முடைய தனிப்பட்டப் பாதுகாப்பைப் பேணுவதற்கு, நாம் எந்த விதமான கருத்துகளை ஏற்றுக் கொள்கிறோம்,

எப்படி அவற்றின்மீது செயல்நடவடிக்கை எடுக்கிறோம் என்பதில் நாம் மிகவும் கவனமாக இருக்க வேண்டியுள்ளது. முற்றிலும் புதிராக இருப்பதாக நாம் கருதும் விஷயங்களுக்கு எதிராக நாம் நம்மைத் தயார்படுத்திக் கொள்ள வேண்டியுள்ளது. நம் நண்பர்களின் கருத்துகளைக் கண்டு நாம் பயப்படுவதில்லை. நமக்கு எதிரான கருத்துகள் என்று நாம் கருதும் கருத்துகளை நாம் காதில் வாங்கிக் கொள்வதில்லை.

நாம் நம் கருத்துகளை எதிராளியிடம் கொண்டு சேர்க்க முனையும்போது அது அவர்களின் ஆழ்மனத்தில் பதிவதை உறுதி செய்து கொள்ள வேண்டும். ஏனெனில், ஆழ்மனம் ஏற்றுக் கொள்ளாதவரை எந்தவொரு கருத்தும் ஏற்றுக் கொள்ளப்பட மாட்டாது. ஒருவனுடைய ஆழ்விருப்பத்திற்கு எதிராக அவனை ஒரு கருத்தை ஒப்புக் கொள்ள வைத்தால், அவன் தன் அபிப்பிராயத்தை மாற்றிக் கொள்ள மாட்டான். ஏனெனில், அக்கருத்தை அவனது வெளிமனம் மட்டுமே ஏற்றுக் கொள்கிறது. தான் அதை ஏற்றுக் கொண்டதாக உதட்டளவில் மட்டுமே அவன் கூறுவான். அவன் அதன்மீது எந்தவிதமான நடவடிக்கையும் எடுக்க மாட்டான்.

ஆழ்மனம் ஒரு விஷயத்தை ஏற்றுக் கொள்வதை உறுதி செய்வதற்கு ஓரே ஒரு வழிதான் இருக்கிறது. பரிந்துரைத்தல்தான் அது. தற்செயலாகக் கூறுவதுபோல ஒரு கருத்தை 'நழுவ'விட்டால், அது ஒருவருடைய ஆழ்மனத்தில் சுலபமாகப் பதிந்துவிடும். அதில் நீங்கள் எவ்வளவு தூரம் வெற்றி பெறுகிறீர்கள் என்பதற்கும் ஒரு விவாதத்தில் நீங்கள் வெல்வதற்கும் ஒரு நேரடித் தொடர்பு

இருக்கிறது. ஒருவருடைய தற்செருக்கு அவருடைய ஆழ்மனத்தின் வாசலில் நின்று கொண்டு அதைக் காவல் காக்கிறது. அந்தத் தற்செருக்கை நீங்கள் தூண்டினால், உங்கள் கருத்துகள் ஆழ்மனத்தை நெருங்காதபடி அது பார்த்துக் கொள்ளும்.

ஒரு விவாதத்தில் வெற்றி பெறுவதற்கான வழிமுறைகள்:

1. **பிறர் தங்கள் வாதத்தை முன்வைக்க அனுமதியுங்கள்.** அதில் குறுக்கிடாதீர்கள். காதுகொடுத்துக் கேட்க வேண்டும் என்பதை மறக்காதிருங்கள். ஒரு விஷயத்தைப் பிறரிடம் பகிர்ந்து கொள்ள வேண்டும் என்ற முடிவோடு இருப்பவர்கள் கண்டிப்பாகப் பேச ஆசைப்படுவர். அவர்கள் அதைக் கூறி முடிக்கும்வரை உங்களது கருத்துகளைக் காதுகொடுத்துக் கேட்க மாட்டார்கள். நீங்கள் உங்கள் கருத்துகளை அவர்களிடம் சேர்ப்பிக்க வேண்டுமென்றால், முதலில் அவர்கள் கூறுவதைச் செவிமடுக்க வேண்டும்.

   பிறர் சற்றுப் பதற்றமாக இருந்தால், அவர்கள் கூறியவற்றிலுள்ள முக்கியமான அம்சங்களை மீண்டும் ஒரு முறை கூறுமாறு அவர்களைக் கேட்டுக் கொள்வது பலனளிக்கும். தங்கள் மனத்தில் இருப்பதைக் கொட்டித் தீர்த்துவிட அவர்களை நீங்கள் அனுமதித்தால், அவர்களுடைய எதிர்ப்புணர்வு கணிசமாகக் குறையும்.

2. **பதிலளிக்கும் முன்பாகச் சிறிது இடைவெளி கொடுங்கள்.** ஓர் உரையாடலின்போது அதில் ஈடுபட்டிருப்பவர்களுக்கிடையே

கருத்து முரண்பாடுகள் எதுவும் இல்லாதிருக்கும்போதும் இது பலனளிக்கும். உங்களிடம் ஒரு கேள்வி கேட்கப்பட்டால், அவரை நேருக்கு நேராகப் பார்த்து, சிறிது நிதானித்துவிட்டு, பிறகு அவருக்கு பதிலளியுங்கள். அப்படிச் செய்தீர்களேயானால், அவர்கள் கூறிய விஷயம் சிந்திக்கப்படக்கூடிய அளவு முக்கியத்துவம் வாய்ந்தது என்று நீங்கள் கருதுவதாக அவர்கள் எண்ணிக் கொள்வர்.

ஒரு சிறிய இடைவெளி மட்டும்தான் இங்கு தேவை. அந்த இடைவெளி அதிகமாக இருந்தால், நீங்கள் தயங்குவதாகவோ அல்லது மழுப்பப் போவதாகவோ அவர்கள் நினைத்துக் கொள்ள அது வழி வகுத்துவிடும். உங்களுடன் பேசிக் கொண்டிருப்பவருடன் நீங்கள் ஒத்துப் போகாமல் இருக்கும் பட்சத்தில், சிறிய இடைவெளி இன்றியமையாதது. அவர் பேசி முடித்தக் கையோடு நீங்கள் அவர் கூறியவற்றை மறுத்து 'இல்லை' என்று கூறினால், அவருடைய பிரச்சனையில் உங்களுக்கு ஈடுபாடு இல்லை என்று அவர் எடுத்துக் கொள்வார்.

3. **எப்போதும் 100 சதவீத வெற்றி வேண்டும் என்று அடம்பிடிக்காதீர்கள்.** பொதுவாக நாம் ஏதாவது ஒரு விவாதத்தில் ஈடுபட்டால் நம் பக்கம்தான் முழுக்க முழுக்கச் சரி என்றும் எதிராளியின் பக்கம் முழுக்க முழுக்கத் தவறு என்றும் நாம் நிரூபிக்க முயலுவோம். மக்களைக் கையாளுவதில்

திறமையானவர்கள் சில விஷயங்களை விட்டுக்கொடுத்து, ஒத்துப் போவதற்கு ஏற்ற சிலவற்றையும் கண்டுபிடிப்பர்.

அடுத்தவர் பக்கம் ஏதாவது ஒரு நியாயம் இருந்தால், அதை ஒப்புக் கொள்ளுங்கள். சிறிய மற்றும் முக்கியத்துவமற்ற விஷயங்களை நீங்கள் விட்டுக்கொடுத்தால், பெரிய விஷயங்களுக்கு விட்டுக்கொடுக்க அவர்கள் தயாராக இருப்பர்.

4. **உங்களுடைய பக்கத்தை மிதமாகவும் துல்லியமாகவும் எடுத்துக் கூறுங்கள்.** நமது கருத்துகளுக்கு எதிர்ப்பு வரும்போது, நமது பக்கத்தை மிகைப்படுத்தத் தோன்றும் மனப்போக்கை நாம் கட்டுப்படுத்திக் கொள்ள வேண்டும். அமைதியாக எடுத்துரைக்கப்படும் கருத்துகள்தாம் அடுத்தவர்கள் தங்கள் மனத்தை மாற்றிக் கொள்ள உதவும்.

நம் கருத்தை மூர்க்கத்தனத்துடன் பிறர்மீது பிரயோகிக்கும் வழிமுறைகள் துவக்கத்தில் வேலை செய்வதுபோலத் தோன்றக்கூடும். பலத்தைப் பயன்படுத்தி நீங்கள் பிறரைக் கீழே தள்ளலாம், உங்கள் கருத்தை அவர்கள் தங்கள் வாயை மூடிக் கொண்டு ஏற்றுக் கொள்ளும்படி பார்த்துக் கொள்ளலாம், பார்வையாளர்களின் கைதட்டல்களையும் நீங்கள் பெறலாம். விவாதத்தில் நீங்கள் வென்றுவிட்டதாகக்கூட உங்களுக்குத் தோன்றலாம். அது ஒரு வெளித்தோற்றம் மட்டுமே. அவர்கள் உங்கள் கருத்துகளை

உண்மையில் ஏற்றுக் கொள்ளவில்லை என்பதுதான் உண்மை. அவர்கள் அவற்றின்மீது எவ்விதமான நடவடிக்கையும் மேற்கொள்ள மாட்டார்கள்.

5. **மூன்றாம் நபர் மூலமாகப் பேசுங்கள்.** ஒரு வழக்கில் வெற்றி பெற விரும்பும் வழக்கறிஞர் தான் முன்வைக்கும் வாதங்களை வலியுறுத்தும் சாட்சிகளை நீதிபதி முன்னால் ஆஜர்படுத்துவார். பிரச்சனையில் தொடர்பில்லாத மூன்றாம் நபர்கள் சம்பவங்களை விவரிக்கும்போது விவாதம் மேலும் வலுப் பெறுகிறது. திருப்தி அடைந்துள்ள வாடிக்கையாளர்களின் பரிந்துரைகளை விற்பனையாளர்கள் பயன்படுத்துவர். பதவிகளுக்குப் போட்டியிடும் அரசியல்வாதிகளும் பிறர் கொடுக்கும் நற்சான்றிதழ்களைப் பயன்படுத்துவர்.

விவாதங்களில் கருத்து முரண்பாடுகள் ஏற்படும்போது நீங்கள் உங்கள் பக்க நியாயத்தை எடுத்துரைக்க விரும்பினால், அதற்கு மூன்றாம் நபர்கள் மூலமாகப் பேசுவது சிறந்த பலனளிக்கும். உங்களுக்கு ஆதரவான கருத்துகளை நீங்களே முன்வைக்கும்போது மக்கள் அதை சந்தேகக் கண்களோடுதான் பார்ப்பர். அதோடு, மூன்றாம் நபர்கள் வாயிலாக உங்கள் கருத்து வெளிப்படும்போது அது உங்கள் எதிராளியின் தற்செருக்கைப் பெரிய அளவில் காயப்படுத்தாது. புள்ளிவிபரங்கள், ஆவணங்கள், வரலாறு, மேற்கோள்கள் ஆகியவற்றை நீங்கள் பயன்படுத்தலாம்.

6. **பிறர் அவமானப்படாமல் பார்த்துக் கொள்ளுங்கள்.**
பல நேரங்களில் உங்கள் எதிராளிகள் தங்கள்
கருத்தை மாற்றிக் கொண்டு நீங்கள் கூறுவதை
ஏற்றுக் கொள்வார்கள். ஆனால் அதற்கு
ஒரே ஒரு விதிவிலக்கு இருக்கிறது. அவர்கள்
ஏற்கனவே ஓர் உறுதியான நிலைப்பாட்டை
எடுத்திருந்தால், அவர்களால் தங்கள்
நிலையை எளிதாக மாற்றிக் கொள்ள
முடியாது. நீங்கள் கூறுவதை அவர்கள்
ஒப்புக் கொண்டால், தாங்கள் தவறாகக்
கூறியிருந்ததாக அவர்கள் ஒப்புக் கொள்ள
வேண்டி வரும் என்பதுதான் அதற்குக்
காரணம்.

மக்களைக் கையாளுவதில் வல்லவர்களாக
இருப்பவர்கள் தங்களுடைய எதிராளிகள்
அவமானப்படாமல் வெளியேறுவதற்கு
வசதியாக எப்போதும் ஒரு கதவைத் திறந்து
வைத்திருப்பர். அப்படி இல்லையென்றால்,
உங்கள் எதிராளிகள் தாங்கள் தோண்டிய
குழிக்குள் தாங்களே விழுந்துவிட நேரிடும்.
உங்கள் கருத்துகளைப் பிறரை ஏற்றுக்
கொள்ள வைக்க உங்களால் முடியுமென்றால்,
நீங்கள் அவர்களை உங்கள் கருத்துகளோடு
உடன்பட வைப்பதோடு, தங்களுக்கே
எதிராக அவர்கள் முன்வைக்கும்
விவாதங்களிலிருந்தும் அவர்களை நீங்கள்
விடுவிக்க வேண்டும்.

அவர்களிடம் அனைத்துப் புள்ளிவிபரங்களும்
இல்லை என்று அனுமானிப்பது என்பது
ஒரு வழி: "இந்தக் குறிப்பிட்ட விபரம்
எனக்குக் கிடைக்கும்வரை நானும் அது

குறித்து முதலில் உங்களைப் போன்றே நினைத்திருந்தேன். அந்த விபரம் என் நிலைப்பாட்டை மாற்றிவிட்டது." அவர் தன் பிரச்சனையை வேறொருவர் தலையில் கட்டுவதற்கு உதவுவதன் மூலம் அவர் தப்பித்துக் கொள்ள அவருக்குப் பரிந்துரைப்பது இரண்டாவது வழி.

10

பிறரை தாராளமாகப் பாராட்டுதல்

ஒரு பாராட்டு ஆற்றலை விடுவிக்கிறது. வேறு யாரோ ஒருவர் உங்களை உண்மையாகப் பாராட்டியபோதோ அல்லது நீங்கள் ஒரு வேலையைச் செவ்வனே முடித்துக் கொடுத்தபோது அதற்கு நன்றி தெரிவித்தபோதோ, நீங்கள் சிறப்பாக உணர்ந்ததை நீங்கள் கவனித்திருக்கிறீர்களா? பாராட்டுகள் நமக்குப் புதிய ஆற்றலையும் புதிய ஜீவனையும் அளிக்கின்றன. பாராட்டுகளிலிருந்து உங்களுக்குக் கிடைக்கும் உத்வேகம் ஒரு மாயையோ அல்லது உங்களது கற்பனையில் உதித்த ஒன்றோ அல்ல. ஏதோ ஒரு விதத்தில் ஆற்றல் அங்கு விடுவிக்கப்படுகிறது.

நான் இப்படிச் சொல்லிக் கொண்டிருக்கும்போது, "பாராட்டுகளுக்கும் மக்களிடையே செல்வாக்கோடு இருப்பதற்கும் என்ன தொடர்பு?" என்று நீங்கள்

யோசிக்கலாம். நிறைய இருக்கிறது என்பதுதான்
அதற்கான விடை.

ஒருவர் சிறப்பாக ஒரு வேலையைச் செய்து
முடிக்கும்போது அவரைப் பாராட்டுவதும் அவரை
அங்கீகரிப்பதும் எவ்வளவு முக்கியம் என்பதை
நம்மில் ஒருசிலர்தான் புரிந்து வைத்துள்ளோம்.
எல்லா இடங்களிலும் அனைத்து மக்களும்
பாராட்டுகளுக்காகவும் அங்கீகாரத்திற்காகவும்
எப்போதும் ஏங்கிக் கொண்டிருக்கின்றனர்.
மக்கள் எதைப் பெற வேண்டும் என்று
துடித்துக் கொண்டிருக்கிறார்களோ, அதை
நாம் அவர்களுக்குக் கொடுத்தால், நாம் எதை
அவர்களிடமிருந்து பெற வேண்டும் என்று
விரும்புகிறோமோ அதை அவர்கள் நமக்கு
தாராளமாகக் கொடுப்பர்.

தினமும் ஒரு சிறு மாயாஜாலத்தை நிகழ்த்துங்கள்.
பிறரை நீங்கள் உத்வேகப்படுத்துகின்ற ஒவ்வொரு
முறையும் நீங்கள் ஒரு சிறு மாயாஜாலத்தை
நிறைவேற்றிக் கொண்டிருக்கிறீர்கள். அவ்வளவு
எளிமையானது அது. யாராவது ஒருவருக்கு
நீங்கள் தினமும் உளப்பூர்வமான பாராட்டைத்
தெரிவிக்க வேண்டும். அவர்கள் மேம்பட்ட
விதத்தில் செயல்பட அது எந்த அளவு உதவுகிறது
என்பதைக் கண்டு நீங்கள் வியப்படைவீர்கள்.
நேர்மையான பாராட்டுகள், பொருத்தமான
விதத்தில் வழங்கப்படும் தட்டிக் கொடுத்தல்கள்
ஆகியவை அவர்களை நல்லவிதமாக உணரச்
செய்வதோடு, அவர்கள் மேலும் திறம்பட
இயங்கவும் வழி வகுக்கிறது. ஒரு நிறுவனத்தில்
வேலை செய்பவர்களின் செயற்திறனை
அங்கீகரிக்கும் விதத்தில் அவர்களுக்கு ஊக்கத்

தொகை வழங்கப்படுவதோ அல்லது லாபத்தில் ஒரு பங்கு வழங்கப்படுவதோ அந்நிறுவனத்தின் உற்பத்தியைப் பெருக்கும்.

அன்பான வார்த்தைகளை தாராளமாக வழங்குங்கள். ஒருவரைப் பாராட்ட, அவர் பெரிதாகவோ அல்லது தனித்துவமானதாகவோ ஏதோ ஒன்றைச் செய்யும்வரை காத்திருக்காதீர்கள். ஒருவர் உங்களுக்கு ஏதோ ஒரு சிறிய உதவி செய்தால்கூட, 'நன்றி' என்று கூறுவதன் மூலம் உங்கள் ஊக்குவிப்பை அவருக்கு வெளிப்படுத்துங்கள். மக்களுக்கு நன்றி கூறுவதற்கான வாய்ப்புகளை எதிர்நோக்கியிருங்கள். பிறரிடம் அன்பான வார்த்தைகளைக் கூறுங்கள். நீங்கள் எவ்வாறு உணர்கிறீர்கள் என்பதை மக்கள் உணரட்டும். நீங்கள் பிறர் குறித்து நன்றியுணர்வோடு இருக்கிறீர்கள் என்பதை அவர்கள் அறிந்துள்ளார்கள் என்று நீங்களாகவே முடிவு கட்டிக் கொள்ளாதீர்கள். அதை அவர்களிடம் வெளிப்படையாகக் கூறுங்கள். பிறருடைய செய்கைகளை நீங்கள் பாராட்டுகிறீர்கள் என்பதை அவர்கள் அறியும்படி செய்தால், அவர்கள் தாங்கள் செய்யும் வேலையை இன்னும் அதிகச் சிறப்பாகச் செய்வர், கூடுதலாகவும் வேலை செய்வர்.

'நன்றி' கூறுவதற்கான விதிமுறைகள்:

1. **உங்களுடைய நன்றி மனபூர்வமாகக் கூறப்பட வேண்டும்.** அதை நீங்கள் நெஞ்சார்ந்து கூறுவது அதில் வெளிப்பட வேண்டும். அதைக் கூறும்போது ஏதோ ஒரு விதத்தில் அதற்கு ஜீவனூட்டுங்கள். அதை ஒரு சடங்குபோலச் செய்யாதீர்கள். அதற்கு ஒரு சிறப்பான அர்த்தத்தை அளியுங்கள்.

2. **அதைக் கூறும்போது முணுமுணுக்காதீர்கள்.** உரக்கச்
சொல்லுங்கள். பிறரைப் பாராட்டுவது குறித்து
நீங்கள் அவமானம் அடைந்துள்ளதுபோல
நடந்து கொள்ளாதீர்கள்.

3. **பிறரைப் பெயர் சொல்லி அழைத்து நன்றி
கூறுங்கள்.** மக்களைப் பெயர் சொல்லி
அழைத்து நன்றி கூறுவதன் மூலம் அவர்களை
கௌரவப்படுத்துங்கள். நீங்கள் ஒரே
சமயத்தில் பலருக்கு நன்றி கூற விரும்பினால்,
'எல்லோருக்கும் நன்றி' என்று ஒற்றை
வார்த்தையில் முடித்துக் கொள்ளாதீர்கள்.
அங்கிருக்கும் ஒவ்வொருவரையும் பெயர்
சொல்லி அழைத்துத் தனிப்பட்ட முறையில்
அவர்களுக்கு நன்றி கூறுங்கள்.

4. **ஒருவருக்கு நன்றி தெரிவிக்கும்போது அவரை
நேரடியாகப் பார்த்துப் பேசுங்கள்.** பாராட்டுத்
தெரிவிக்கும் அளவுக்கு அவர்கள்
முக்கியமானவர்களாக இருந்தால்,
நேரடியாகப் பார்த்துப் பேசும் அளவுக்கும்
அவர்கள் முக்கியமானவர்கள்தாம்.

5. **நன்றி கூறப் பயிற்சி எடுத்துக் கொள்ளுங்கள்.**
எவற்றுக்கெல்லாம் நன்றி தெரிவிக்கலாம்
என்பதைக் கூர்ந்து கவனித்து அவற்றைக்
குறித்துக் கொள்ளுங்கள்.

6. **அவர்கள் எதிர்பாராத தருணங்களில் நன்றி
கூறுங்கள்.** பிறர் அதை எதிர்பார்த்திருக்காத
தருணங்களில் அல்லது ஒரு செயலை
நன்றி பெறுவதற்கான விஷயமாக அவர்கள்
கருதாதிருக்கும் நேரங்களில் நன்றி
தெரிவிப்பது இன்னும் அதிகப் பலனளிக்கும்.

பிறரிடமுள்ள நல்ல விஷயங்களைத் தேடிக் கண்டுபிடிப்பதன் மூலம் உங்களால் உங்களுடைய மகிழ்ச்சியை அதிகரித்துக் கொள்ள முடியும். அப்படிச் செய்யும்போது நாம் நம்மைப் பற்றி மறந்துவிடுகிறோம், நம்மைப் பற்றிய சுய பிரக்ஞை நம்மிடம் இல்லாது போய்விடுகிறது. நாம் இன்னும் அதிகப் புரிந்துணர்வு உள்ளவர்களாகவும், கூடுதலான சகிப்புத்தன்மை உடையவர்களாகவும் ஆகிறோம். பொதுவாக மகிழ்ச்சியற்றிருக்கும் மக்கள் பிறரை அதிகமாக விமர்சிப்பவர்களாக இருப்பர். பிறரிடம் என்ன குற்றம் கண்டுபிடிக்கலாம் என்று அவர்கள் எந்நேரமும் அலைந்து கொண்டிருப்பர். பிறரிடமுள்ள நல்லவற்றைக் கண்டுணரும் விதத்தில் அவர்கள் தங்களை மாற்றிக் கொண்டால், அவர்களது சொந்த மகிழ்ச்சி பன்மடங்கு அதிகரிக்கும்.

எவருமே கச்சிதமானவர்கள் கிடையாது. ஆனால் எல்லோரிடமும் நல்ல விஷயங்கள் கண்டிப்பாக இருக்கின்றன. யாராவது ஒருவர் உங்களுக்கு எரிச்சலூட்டினால், அவர்களிடம் நீங்கள் பாராட்டும்படி என்ன நல்ல விஷயம் இருக்கிறது என்று தேடத் தொடங்குங்கள். உங்கள் தலையை அவர்கள் கடித்தால் அவர்களிடம் நல்ல பற்கள் இருக்கின்றன என்று எடுத்துக் கொண்டு, அவர்களுடைய பற்களைப் பற்றி அவர்களிடம் புகழுங்கள். பாராட்டுவதற்கான வாய்ப்பை எந்நேரமும் தேடிக் கொண்டிருங்கள். அது அவர்களைக் கண்டிப்பாக மாற்றும். அதோடு, அவர்களைக் குறித்து நீங்கள் கொண்டிருக்கும் அபிப்பிராயத்தையும் அது மாற்றும்.

பாராட்டுத் தெரிவிப்பது குறித்தச் சில முக்கியமான அம்சங்கள்:

1. **அவை மனபூர்வமாக இருக்க வேண்டும்.** முகஸ்துதியை எவரொருவராலும் எளிதாகக் கண்டுகொள்ள முடியும். அதோடு, அதனால் எந்தவிதமான பயனும் கிடையாது. நீங்கள் சரியாகத் தேடினால், பாராட்டத்தக்க அம்சம் என்று ஏதாவது ஒன்று இருக்கும். மக்கள் செய்யும் சிறிய காரியங்களை கவனித்து அவற்றுக்காக அவர்களை உண்மையாகப் பாராட்டுவது, அவர்கள் பெரிய காரியங்களில் ஈடுபடும்போது ஒப்புக்குப் பாராட்டுவதைவிட மேலானது.

2. **ஒரு காரியத்தில் ஈடுபட்ட நபரைப் பாராட்டுவதைவிட அவர் செய்துள்ள காரியத்தைப் பாராட்டுங்கள்.** மக்கள் யாராக இருக்கிறார்களோ அதற்காக அவர்களைப் பாராட்டாமல், அவர்கள் செய்துள்ள விஷயங்களுக்காக அவர்களைப் பாராட்டுங்கள். ஒருவர் செய்துள்ள காரியத்தை நீங்கள் பாராட்டும்போது, அதில் உண்மைத்தன்மை அதிகமாக வெளிப்படும். அதோடு, தாங்கள் எதற்காகப் பாராட்டப்படுகிறோம் என்பது மக்களுக்குத் தெளிவாகப் புலப்படும்.

இரண்டாவது அத்தியாயத்தில் கூறப்பட்டுள்ளபடி, ஒரு நாளைக்கு ஐந்து பாராட்டுகள் என்ற வீதத்தில் பிறருக்குப் பாராட்டுகளை அள்ளி வழங்கி உங்களுடைய மகிழ்ச்சியையும் மன நிம்மதியையும் அதிகரித்துக் கொள்ளுங்கள்.

11

காயப்படுத்தாமல்
பிறரை விமர்சித்தல்

நாம் பிறரிடம், "இதை நான் உன் நன்மைக்குத்தான் கூறுகிறேன்," என்று கூறினாலும் பல சமயங்களில் அது உண்மையல்ல. நாம் நம்முடைய சொந்த அகந்தைக்குத் தீனி போடவே பிறரிடமுள்ள குற்றத்தைச் சுட்டிக்காட்டுகிறோம். பிறருடைய சுயமரியாதையை மட்டம் தட்டுவதன் மூலம் நாம் நம்முடைய சுயமதிப்பை உயர்த்திக் கொள்ள முயலுவது, மனித உறவுகளுக்கு நாம் ஏற்படுத்திக் கொள்கின்ற மிகப் பெரிய முட்டுக்கட்டையாகும்.

ஆனாலும் நம்முடன் அல்லது நம்மிடம் வேலை செய்பவர்களின் தவறுகளைச் சுட்டிக்காட்டி அவற்றைச் சீர் செய்ய வேண்டிய சந்தர்ப்பங்கள் எழத்தான் செய்யும். இதைச் சரியாகச் செய்வது ஒரு கலை. அதில் கரை கண்டவர்கள் வெகு சிலரே.

விமர்சனங்களைப் புதிய கண்ணோட்டத்தில் பாருங்கள்.
உருப்படியான விமர்சனங்களை வழங்கும்
கலை, பெரிய அளவில் வெளியே தெரியாத
ஒன்றாக இருப்பதாலும், பெரும்பாலானோர்
அதில் தடுமாறுவதாலும், விமர்சனம் என்ற
சொல்லே நமக்கு வேப்பங்காயாகக் கசக்கிறது.
உண்மையான விமர்சனக் கலை என்பது
அடுத்தவரை வெற்றிகரமாகக் கீழே சாய்ப்பதல்ல;
மாறாக அவர்களை ஊக்குவிப்பதாகும்.
அவர்களது உணர்ச்சிகளைக் காயப்படுத்துவது
அல்ல, அவர்களை மேலும் திறம்பட இயங்கச்
செய்வதாகும்.

வெற்றிகரமான விமர்சனத்தின் அடிப்படை அம்சங்கள்:

1. **விமர்சனங்கள் கண்டிப்பாகத் தனிமையில்தான்
மேற்கொள்ளப்பட வேண்டும்.** உங்களுடைய
விமர்சனம் சிறப்பாகப் பலனளிக்க வேண்டும்
என்றால், பிறருடைய தற்செருக்கு உங்களுக்கு
எதிராகத் திரும்பாதவாறு நீங்கள் பார்த்துக்
கொள்ள வேண்டும். உங்களது நோக்கம்
அவர்களுடைய தற்செருக்கு எனும் பலூனிலுள்ள
காற்றைப் பிடுங்கிவிடுவது அல்ல, மாறாக, ஒரு
நல்ல விளைவை ஏற்படுத்துவதுதானே? அப்படி
இருக்கும்போது, உங்களுடைய நோக்கம் கள்ளம்
கபடமற்று இருந்தாலும்கூட, அவர்கள் அதை
எப்படி எடுத்துக் கொள்கின்றனர் என்பதுதான்
இங்கு முக்கியம் என்பதை நீங்கள் கணக்கில்
எடுத்துக் கொள்ள வேண்டும். மிகச் சாதாரணமான
விமர்சனம்கூடப் பிறர் முன்னிலையில் வைத்துக்
கூறப்பட்டால், அது கண்டிப்பாக அவர்களிடம்
மனக்கசப்பை ஏற்படுத்தும். உங்கள் விமர்சனம்

எவ்வளவு நியாயமானதாக இருந்தாலும் சரி, தாங்கள் பிறர் முன்னிலையில் தரம் தாழ்ந்து போனதாகவே அவர்கள் உணர்வர்.

உங்களுடைய விமர்சனத்தின் உண்மையான நோக்கம் என்ன என்பதை இதை நீங்கள் கடைபிடிக்கிறீர்களா இல்லையா என்பது தெரிவித்துவிடும். உங்களைச் சுற்றிப் பல பேர் இருக்கும்போது மட்டும்தான் நீங்கள் பிறரை விமர்சனம் செய்கிறீர்களா? அப்படியானால் உங்களுடைய நோக்கம் பிறருக்கு உதவுவதல்ல. மாறாக, உங்களுடைய அகந்தைக்குத் தீனி போட்டுக் கொள்வதுதான் என்பது உறுதி.

2. நீங்கள் விமர்சிப்பதற்கு முன்னால் ஓர் அன்பான வார்த்தையையோ அல்லது ஒரு சிறு பாராட்டையோ தெரிவியுங்கள். அன்பான வார்த்தைகள், பாராட்டுகள், புகழ்ச்சியுரைகள் போன்றவை ஒரு சுமூகமான சூழலை உருவாக்கும். அது அவர்களை ஆசுவாசப்படுத்தி அவர்களது தற்காப்பைக் குறைக்கும், பிறர் சொல்ல வருவதைக் கேட்கும் மனநிலையை அவர்களிடம் உருவாக்கும்.

3. விமர்சிப்பவரைத் தனிப்பட்ட முறையில் தாக்காமல், அவரது செய்கையை விமர்சிக்க வேண்டும். விமர்சிப்பவரைத் தனிப்பட்ட முறையில் தாக்காமல், அவரது செய்கையை விமர்சித்தால், அவருடைய தற்செருக்கு எந்தத் தாக்குதலுக்கும் உள்ளாகாமல் பார்த்துக் கொள்ளலாம். ஒருவருடைய செய்கையை மட்டும் விமர்சிப்பதன் மூலம், நீங்கள் ஒரு விதத்தில் அவரை ஊக்கப்படுத்துவதோடு, அவரது தற்செருக்கிற்கு உரம் சேர்ப்பீர்கள். எடுத்துக்காட்டு: "இத்தவறு உங்களுடைய

வழக்கமான செயற்பாட்டோடு ஒத்துப் போகவில்லை என்பதை நான் என் கடந்தகால அனுபவங்களிலிருந்து உணர்ந்துள்ளேன்."

4. விடையையும் எடுத்துக் கொடுங்கள். ஒருவர் என்ன தவறு செய்தார் என்று அவரிடம் கூறும்போதே அதை எவ்வாறு சரியாகச் செய்யலாம் என்பதையும் அவருக்கு எடுத்துரையுங்கள். உங்கள் அழுத்தம் அந்தத் தவறின்மீது இல்லாமல், அதை எவ்வாறு சீர் செய்வது என்பதிலும், அது மீண்டும் நிகழாமல் எப்படிப் பார்த்துக் கொள்ளலாம் என்பதிலுமே இருக்க வேண்டும். "என்னிடமிருந்து என்ன எதிர்பார்க்கப்படுகிறது என்பது எனக்குத் தெரிவிக்கப்படவில்லை," என்பதுதான் பலரின் பொதுவான குற்றச்சாட்டாக இருந்து வருகிறது. எது 'சரி' என்று அவர்களிடம் கூறினால், பெரும்பாலானோர் 'சரியானவற்றைச்' செய்யவே ஆவலாக இருப்பர்.

5. கூட்டுறவை வேண்டுங்கள். அதை ஒரு நிபந்தனையாக ஆக்காதீர்கள். நிபந்தனை விதிப்பதைக் காட்டிலும் ஒரு விஷயத்தைச் செய்யுமாறு கேட்பது கூட்டுறவை மேம்படுத்தும். "இதைச் செய்து முடியுங்கள். ஆனால் இம்முறை எந்தத் தவறும் ஏற்படாமல் பார்த்துக் கொள்ளுங்கள்," என்று கூறுவதைக் காட்டிலும், "இத்தவறுகளைத் திருத்தித் தர இயலுமா?" என்று கேட்பது கசப்புணர்வைக் குறைக்கும். மாறியாக வேண்டும் என்று உத்தரவிடுவதைக் காட்டிலும் மாறுவதை ஊக்குவிப்பதற்கு எதையேனும் கொடுப்பது அதிகப் பலனளிக்கும்.

6. ஒரு தவறுக்கு ஒரே ஒரு விமர்சனத்தோடு நிறுத்திக் கொள்ள வேண்டும். ஒரு தவறை ஒரு முறை சுட்டிக்காட்டுவது நியாயமானது. இரண்டு முறை அதையே செய்வது தேவையற்றது. மூன்றாவது முறை செய்தால் அது நச்சரிப்பதாகிவிடும். ஒருவருடைய தற்செருக்கோடு மோதுவது உங்கள் இலக்கு அல்ல, அவரை ஒரு வேலையைச் சிறப்பாகச் செய்ய வைப்பதுதான் உங்கள் இலக்கு என்பதை எப்போதும் நினைவில் வைத்திருங்கள்.

பழைய குப்பைகளைக் கிளறவோ அல்லது ஏற்கனவே நடந்து முடிந்து புதைக்கப்பட்டுவிட்டத் தவறுகளைப் பற்றிப் பேசவோ உங்களுக்குத் தோன்றினால், அது உங்களுக்கு எந்தவிதத்திலும் பலனளிக்காது என்பதை நினைவில் வைத்திருங்கள்.

7. விமர்சனத்தை முடிக்கும்போது அதைத் தோழமை உணர்வுடன் முடியுங்கள். ஒரு விஷயம் நட்புணர்வுடன் முடிக்கப்படாதவரை அதை முடிந்ததாகவே கருதக்கூடாது. பின்னால் என்றோ ஒருநாள் தோண்டி எடுக்கக்கூடிய திரிசங்கு நிலையில் எதையும் விட்டுவிட்டுச் செல்லக்கூடாது. அதை ஒரு முடிவுக்குக் கொண்டுவந்து புதைத்துவிட வேண்டும். “உங்கள்மீது நான் நம்பிக்கை வைக்கலாம் என்பதை நான் அறிவேன்,” என்ற நம்பிக்கைப் பிரகடனத்தோடு அதை முடித்து வைத்தல் நலம்.

**இப்புத்தகத்திற்கான முடிவுரையை
நீங்களேதான் எழுதிக் கொள்ள வேண்டும்.**

நான் இப்புத்தகத்தை எழுதத் தொடங்கியபோது என் மனத்தில் ஒரே ஒரு நோக்கம்தான் இருந்தது. மக்களைக் கையாளுவதில் நீங்கள் மேம்பட்டவராக ஆவதற்கும், உங்கள் வாழ்க்கையில் மகிழ்ச்சியும் வெற்றியும் அதிகமாகக் கோலோச்சுவதற்கும் உதவ வேண்டும் என்பதுதான் அது. அந்த இலக்கு அடையப்படாதவரை இப்புத்தகம் நிறைவுற்றதாகக் கருத முடியாது.

இப்புத்தகத்தில் கூறப்பட்டுள்ள கொள்கைகளை நடைமுறைப்படுத்துங்கள். உங்கள் வாழ்வில் மகிழ்ச்சியும் வெற்றியும் ஆனந்தக் கூத்தாடும்.

வாழ்த்துக்கள் !

9 789387 383371

Printed by Libri Plureos GmbH in Hamburg, Germany